TƯ VẤN MỤC VỤ CÓ CHIẾN LƯỢC

KHUÔN MẪU NGẮN HẠN CÓ KẾ HOẠCH

David G. Benner

RESOURCE LEADERSHIP INTERNATIONAL - 2016
Phiên Bản Quốc Tế

Mã ISBN (Canada): 978-0-9939749-8-4

Mặc dù tất cả câu chuyện và ví dụ trong sách đều dựa trên những con người và sự kiện có thật, nhưng tên và các chi tiết nhận diện đã được thay đổi để bảo vệ sự riêng tư của các cá nhân có liên quan. Một vài minh họa là tổng hợp từ con người và tình huống khác nhau.

Mục Lục

Lời Giới Thiệu

Mười một năm trước, khi đưa ra ấn bản đầu tiên của quyển sách này, tôi đã có những kỳ vọng khá khiêm tốn. Tư vấn mục vụ được gắn kết chặt chẽ với khuôn mẫu tư vấn truyền thống dài hạn. Từ lâu tôi đã tin chắc rằng mục sư có thể đưa tư vấn vào phạm vi mục vụ chăn bầy toàn diện của mình bằng cách tư vấn ngắn gọn và đi vào trọng tâm. Tuy nhiên, hầu hết các mục sư được tôi khích lệ làm như thế đều trả lời rõ ràng rằng một nhà tâm lý không bao giờ thật sự hiểu hết thực tế đời sống và thực hành mục vụ, và rằng loại nan đề họ gặp đòi hỏi tư vấn dài hạn.

Tất cả những điều đó đã hoàn toàn thay đổi trong thập kỷ qua. Hiện đang có nhiều mô hình tư vấn mục vụ ngắn hạn, và lập luận chiếm ưu thế là tư vấn ngắn hạn phù hợp nhất với hỗn hợp các trách nhiệm mà mục sư là người tư vấn phải gánh vác.

Những thay đổi trong ấn bản này dựa trên phản hồi từ các mục sư sử dụng quyển *Strategic Pastoral Counseling* (*Tư Vấn Mục Vụ có Chiến Lược*), nhiều người trong số họ đã dùng quyển này trong thập kỷ qua. Các ấn bản bằng tiếng Nigeria (Ni-giê-ri), Philippines (Phi-líp-pin) và Korea (Hàn Quốc) đã nhận được đáp ứng hữu ích từ nhiều trường hợp áp dụng xuyên văn hóa, và những nhận xét của nhiều giáo sư trong các chủng viện đã và đang dùng quyển này làm giáo trình, cũng như từ các sinh viên đang học theo giáo trình này, đều có giá trị.

Sau khi được viết lại và chỉnh sửa một cách hoàn chỉnh, ấn bản lần hai này bao gồm nhiều ví dụ về các ca tư vấn, một phụ lục mới về những nguyên tắc đạo đức phải cân nhắc, và sách tham khảo được cập nhật. Chương mới đầu tiên đặt tư vấn mục vụ vào ngữ cảnh chăm sóc linh hồn Cơ Đốc rộng hơn nhiều so với phần đã có trong ấn bản thứ nhất. Chương này bao gồm phần trình bày về mối liên hệ giữa tư vấn mục vụ và hướng dẫn thuộc linh. Chương hai trong quyển này bao gồm một trường hợp tư vấn mục vụ ngắn hạn được mở rộng và đề cập một số mô hình tư vấn khác hiện có. Chương 3 nói sâu hơn về bài tập và trọng tâm thuộc linh trong tư vấn mục vụ có chiến lược, cũng như việc sử dụng tài nguyên hội chúng và các nguồn tài nguyên thuộc linh khác. Chương 6 trình bày một trường hợp mới, minh họa một buổi tư vấn mục vụ có chiến lược.

Độc giả chính của ấn bản này vẫn là những mục sư tư vấn (pastors who counsel) bên cạnh các trách nhiệm chăm sóc mục vụ khác. Cùng với các sinh viên thần học đang được trang bị để thực hiện vai trò đó, cũng như các nhà tư vấn không thuộc hàng giáo phẩm làm công tác tư vấn như một phần mục vụ không thể thiếu trong mục vụ của hội thánh, các mục sư tư vấn là những người đầu tiên tôi nghĩ đến khi thực hiện bản chỉnh sửa này. Độc giả kế tiếp là những người làm công tác tư vấn mục vụ (pastoral counselors). Công tác tư vấn của họ không thuộc mục vụ của giáo khu (parish ministry), nhưng có thể trong bệnh viện, ở trung tâm tư vấn cộng đồng có nhiều tín ngưỡng hay nhiều hệ phái khác nhau, hoặc ở phòng tư vấn riêng. Một số điều tôi trình bày có thể chỉ là điều căn bản đối với nhóm này—những người đã hoàn tất chương trình tư vấn nâng cao hoặc huấn luyện mục vụ điều trị. Tuy nhiên, tôi hy vọng kiến thức này cũng sẽ giúp ích cho những người trong nhóm qua việc làm nổi bật các khía cạnh thuộc linh khi thực hành tư vấn mục vụ có chiến lược ngắn hạn, cũng là đặc điểm của loại tư vấn này.

Lời Giới Thiệu về Ấn Bản Đầu Tiên

Với hơn ba trăm quyển sách Anh ngữ khác nhau về mục vụ chăm sóc và tư vấn hiện có, thì việc hỏi tại sao phải cần thêm một quyển nữa là hoàn toàn hợp lý. Lời giải thích thỏa đáng cho một quyển sách mới phải dựa trên lời chứng về tầm quan trọng của chủ đề lẫn đóng góp độc đáo mà quyển sách mang lại. Do đó, để tôi nói ngắn gọn vì sao tôi nghĩ quyển sách này vừa quan trọng lại vừa độc đáo.

Vì bạn đang đọc lời giới thiệu này, nên tôi không cần thuyết phục bạn thêm về tầm quan trọng của tư vấn mục vụ. Tuy nhiên, đây là điểm bắt đầu. Tầm quan trọng của mục vụ chăm sóc và tư vấn bắt nguồn từ trọng tâm của việc rao truyền Lời Đức Chúa Trời trong mục vụ Cơ Đốc. Mặc dù hầu hết hàng giáo phẩm có lẽ đều sẵn sàng thừa nhận tính chất căn bản của việc rao truyền này, nhưng Aden cho rằng hiểu biết chung về ý nghĩa của điều này còn quá hạn hẹp (Aden 1988). Ông lập luận rằng chúng ta có khuynh hướng đánh đồng việc rao truyền này với giảng luận, mặc dù nếu được hiểu đúng đắn hơn thì nó không chỉ là truyền đạt thông tin mà còn bao gồm một loạt những hoạt động rộng hơn nhiều so với giảng luận. Rao truyền không chỉ bao gồm việc truyền đạt một sự kiện, mà còn là biến sự kiện đó thành hiện thực. Việc rao truyền thực hiện hay làm thành điều nó nói đến, và thực hiện trong trải nghiệm của người nhận lời rao truyền ngay lúc đó. Cho nên, hiểu cách đúng đắn thì rao truyền đem con người vào mối liên hệ trực tiếp, ngay tức thì và riêng tư với Lời Đức Chúa Trời. Dù đây là cốt lõi của những dạy dỗ hiệu quả, nhưng nó cũng phải là nền tảng cho phạm vi rộng lớn của các hoạt động mục vụ khác.

Nếu hiểu theo cách này, thì mục vụ chăm sóc và tư vấn là những phần chính đáng của mục vụ Cơ Đốc vì chúng mang đến cơ hội độc đáo để Lời Chúa được rao truyền tới những kinh nghiệm sống cụ thể của người cần sự giúp đỡ mục vụ. Việc giảng cho người nào đó sau khi nghe câu chuyện của họ không bao giờ là tư vấn mục vụ cả. Ngược lại, tư vấn mục vụ đòi hỏi liên hệ Lời Chúa với các nhu cầu cụ thể và kinh nghiệm sống và thể hiện điều đó trong cái mà Aden gọi là "mối liên hệ sống động của sự phục vụ yêu thương" (Aden 1988, 40). Đây là hình thức rao truyền mà thường không thể được thực hiện cách đồng đều tốt đẹp bởi bất kỳ hành động mục vụ nào khác, và vì lý do này, nó có một vai trò trung tâm và quan trọng trong truyền thống lâu đời của công tác chăm sóc linh hồn Cơ Đốc.

Tầm quan trọng của tư vấn mục vụ được củng cố bởi một thực tế rằng đối với hầu hết các mục sư, đây không phải là công việc tự chọn mà là nhu cầu và đòi hỏi thường xuyên của các tín hữu. Nghiên cứu cho thấy trung bình, một mục sư dành khoảng sáu đến tám tiếng mỗi tuần để tư vấn. Rất ít mục sư có thể né tránh hoàn toàn trách nhiệm tư vấn, còn những người tránh được thường là vì hội thánh đã có người khác làm công tác này. Đối với phần lớn các mục sư, trách nhiệm tư vấn là chuyện đương nhiên không thể né tránh. Nhu cầu của tín hữu đòi hỏi mục sư gặp họ trong mối liên hệ tư vấn, cho dù mục sư có được chuẩn bị cách thích đáng để làm việc này hay không.

Mức độ chuẩn bị tốt cho công tác tư vấn mà hầu hết các mục sư tự đánh giá mình là như thế nào? Trong bài nghiên cứu để lấy thông tin cơ bản (background research) cho quyển này, chỉ 13 phần trăm trong số mục sư được hỏi cho biết họ cảm thấy được chuẩn bị cách thỏa đáng cho trách nhiệm tư vấn; 87 phần trăm cho biết cần được huấn luyện thêm về tư vấn mục vụ. Cả việc đào tạo trong chủng viện lẫn các sách hiện có về tư vấn mục vụ đều không trang bị đủ về tư vấn cho hầu hết mục sư. Việc thiếu chuẩn bị này rõ ràng là lý do chính khiến nhiều mục sư nói rằng tư vấn gây nản lòng và không kết quả. Họ biết tư vấn là một phần quan trọng trong toàn bộ trách nhiệm của họ, và do đó họ cảm thấy có lỗi khi xem nhẹ hay bỏ qua. Nhưng đồng thời họ cũng cảm thấy không được trang bị đủ khi đứng trước những nhu cầu của mục vụ. Tư vấn nhanh chóng trở thành nguồn cơn của sự nản lòng và bất mãn là điều không thể tránh.

Khi các mục sư được hỏi họ cần loại giúp đỡ nào để chuẩn bị mình tốt hơn cho công tác tư vấn mục vụ, họ nói rằng sách vở về tư vấn mục vụ phải thực tế nhiều hơn nữa thì mới hữu ích. Các sách về thần học chăm sóc mục vụ hay lý thuyết về tư vấn mục vụ có thể trông đẹp mắt trên kệ sách, nhưng chúng không giúp ích nhiều khi một tín hữu bất an bước vào văn phòng. Muốn hữu ích, các sách phải cho mục sư biết cụ thể điều phải làm với những tín hữu họ gặp trong các buổi tư vấn. Các nguyên tắc chung hoàn toàn chưa đủ.

Tư vấn mục vụ có chiến lược là khuôn mẫu tư vấn được phác thảo cách cụ thể nhằm đáp ứng yêu cầu được giúp đỡ cách thực tế cho những mục sư tư vấn. Thuật ngữ *chiến lược* nhấn mạnh một thực tế là phương pháp mang tính tập chú cao, mục sư được cung cấp mục tiêu và chiến lược rõ ràng cho từng buổi trong năm buổi tư vấn. Mức đề nghị tối đa năm buổi phù hợp với điều các mục sư nói là độ dài thật sự của hầu hết các mối liên hệ tư vấn và điều họ cho là lượng thời gian họ có thể dùng để tư vấn mà vẫn đáp ứng các yêu cầu khác trong kế hoạch làm việc của mình. Trọng tâm của tư vấn mục vụ có chiến lược là hoạt động thuộc linh của tín hữu, và đời sống của tín hữu cùng những tranh chiến hiện tại là bối cảnh để hiểu những vấn đề thuộc linh. Tư vấn mục vụ có chiến lược cũng mang tính Cơ Đốc rõ ràng, và việc sử dụng các nguồn tài nguyên đặc trưng của đời sống Cơ Đốc hoàn toàn được khuyến khích.

Vì tính chất của chương trình đào tạo chính quy, hầu hết mục sư không có nhiều giờ được đào tại về tư vấn mục vụ, vì vậy tư vấn mục vụ có chiến lược không giả định độc giả đã biết về nền tảng về tâm lý hay nguyên lý tư vấn. Do đó, quyển sách này không dùng biệt ngữ, và luôn có giải thích rõ ràng khi đề cập đến những thuật ngữ chuyên môn. Tuy nhiên, cách tiếp cận này cũng nhận thức rằng hầu hết mục sư đều có kinh nghiệm nào đó trong tư vấn và kinh nghiệm đáng kể về chăm sóc mục vụ. Thật vậy, mục vụ nói chung và kinh nghiệm chăm sóc mục vụ chuyên biệt là nền tảng cho những gì được trình bày, và tư vấn mục vụ có chiến lược đóng vài trò là sự tích hợp và chắc chắn cần thiết đối với mục sư trong vai trò mở được xem là không thể thiếu và nhất thiết phải phù hợp với vai trò của mục sư trong những trách nhiệm rộng lớn hơn này.

Tư vấn mục vụ phải là trọng tâm của mục vụ chăm sóc và mục vụ chăn bầy. Tuy nhiên, khuôn mẫu tư vấn điều trị mà các nhà tư vấn hay áp dụng thường làm cho tư vấn trở thành một hoạt động chuyên biệt ít liên hệ đến các hoạt động và trách nhiệm mục vụ khác. Tư vấn mục vụ có chiến lược cố gắng giải quyết vấn đề này bằng cách trình bày một phương pháp tư vấn có hình thức và phương hướng từ vai trò mục vụ, mặc dù vẫn dựa nhiều vào các nguyên tắc và phương pháp chung của tư vấn đã được phát triển trong tâm lý trị liệu suốt nhiều thập kỷ qua. Hy vọng rằng đây sẽ là quyển sách có giá trị cho những mục sư muốn công tác tư vấn không chỉ phù hợp với các cam kết thần học và hiểu biết Kinh thánh của mình, mà còn với vai trò chính yếu là mục sư cho Phúc Âm của Đấng Christ.

Chương 1

Tư Vấn Mục Vụ là Chăm Sóc Linh Hồn

Mặc dù ngay từ thời kỳ đầu của hội thánh, công tác tư vấn thuộc linh đã là một phần trong trách nhiệm chăm sóc linh hồn toàn diện của các mục sư, nhưng điều mà ngày nay chúng ta cho là tư vấn mục vụ lại là hiện tượng xuất hiện tương đối gần đây. Trong quyển *History of Pastoral Care in America* (*Lịch sử Chăm sóc Mục vụ ở Hoa Kỳ*) (1983), Holifield cho biết tư vấn phát triển trong thập kỷ đầu của thế kỷ hai mươi, khi một nhóm mục sư New England lần đầu tiên nhận ra rằng hội thánh có thể áp dụng các bước tư vấn và liệu pháp tâm lý mới được phát triển vào lĩnh vực thuộc linh.

Tư vấn mục vụ đương thời phát triển song song với công tác tư vấn tâm lý nói chung—cả hai đều là kết quả của "thành công trong phép chữa bệnh (triumph of the therapeutic)" của thế kỷ hai mươi (Rieff 1966). Đang khi nỗ lực nhằm tìm kiếm nét đặc trưng trong nền văn hóa trị liệu này, tư vấn mục vụ thường gặp phải sự xung đột giữa mục vụ và tâm lý. Một số hình thức tư vấn mục vụ giống với liệu pháp tâm lý hiện đại hơn là chăm sóc linh hồn Cơ Đốc về mặt lịch sử. Các mục sư khác chỉ tập trung tư vấn những vấn đề thuộc linh dựa trên Kinh thánh trong khi cố gắng tách biệt hoàn toàn với tư vấn tâm lý.

Nhưng có một quan điểm trung gian giữa việc chạy theo các phong trào tâm lý đương thời và bỏ qua những đóng góp của tâm lý trị liệu hiện đại. Tư vấn mục vụ rõ ràng có thể có tính mục vụ lẫn tâm lý. Điều này xảy ra khi tư vấn mục vụ lấy đặc điểm từ truyền thống phong phú của công tác chăm sóc linh hồn Cơ Đốc, kết hợp với nhận thức sáng suốt thích hợp về liệu pháp tâm lý hiện đại sao cho vừa có thể bảo toàn tính chính trực của vai trò mục sư, vừa bảo vệ được những nguồn giúp đỡ đặc biệt của mục vụ Cơ Đốc.

Chăm Sóc Linh Hồn Cơ Đốc

Cụm từ Anh ngữ "care of souls (chăm sóc linh hồn)" có nguồn gốc từ tiếng La-tinh *cura animarum*. Mặc dù từ *cura* thường được dịch là "chăm sóc" nhưng thực sự nó bao hàm cả hai ý nghĩa chăm sóc và điều trị. Chăm sóc chỉ về những hành động nhằm hỗ trợ tình trạng sức khỏe của một vật hay một người nào đó. Điều trị là những hoạt động nhằm phục hồi sức khỏe. Lịch sử cho thấy hội thánh Cơ Đốc thực hiện cả hai nghĩa này của từ *cura* và hiểu rằng chăm sóc linh hồn bao gồm cả việc nuôi dưỡng và hỗ trợ lẫn việc chữa trị và phục hồi.

Thế nhưng, việc nhận biết linh hồn là mục tiêu chăm sóc và điều trị có nghĩa là gì? "Linh hồn" là cách dịch thông thường nhất của từ *nepesh* trong tiếng Hê-bơ-rơ và từ *psyche* trong tiếng Hy Lạp. Tuy nhiên, nhiều học giả Kinh thánh cho rằng cách dịch đúng hơn là "con người" hay "bản thân". Linh hồn không phải là một phần trong mỗi con người mà là toàn bộ con người đó. Không phải chúng ta có linh hồn mà chúng ta chính là linh hồn—cũng giống như chúng ta là linh mà có thân xác. Con người là một tổng thể sống động. Do đó, từ "linh hồn" chỉ về toàn bộ con người, bao gồm cả thể xác, nhưng đặc biệt nhấn mạnh đến thế giới tư tưởng, tình cảm và ý chí bên trong. Vì vậy, chăm sóc linh hồn có thể được hiểu là hỗ trợ và phục hồi sức khỏe của một con người, cả chiều sâu lẫn tổng thể, đặc biệt là đời sống nội tâm.

Chăm sóc linh hồn là chăm sóc con người theo cách không chỉ thừa nhận họ là những con người, mà còn gắn bó và trao đổi với họ trong những khía cạnh nhân tính sâu sắc nhất trong đời sống họ. Đây là lý do phải ưu tiên những khía cạnh thuộc linh và tâm lý trong thế giới nội tâm của con người khi chăm sóc linh hồn. Chính những khía cạnh này của cuộc sống là đặc trưng rõ ràng nhất của con người chúng ta. Nhưng chăm sóc linh hồn đích thực không bao giờ chỉ tập trung vào một khía cạnh của con người mà bỏ qua mọi khía cạnh khác. Để xứng đáng gọi là chăm sóc linh hồn thì sự chăm sóc ấy không phải chỉ giải quyết một phần hay tập trung vào nan đề mà phải kết hiệp hai hay nhiều người lại với nhau hướng đến mục tiêu nuôi dưỡng và phát triển toàn bộ con người (Benner 1998).

Trải suốt dòng lịch sử lâu đời, chăm sóc linh hồn Cơ Đốc có những cách thể hiện khác nhau nhưng nó luôn là trọng tâm trong đời sống và sứ mệnh của hội thánh. Xem lại lịch sử này, Clebsch và Jaekle (1964) nhận thấy sự chăm sóc bao gồm 4 yếu tố: chữa lành, duy trì, giải hòa và dẫn dắt. *Chữa lành* bao gồm những nỗ lực nhằm giúp một người khắc phục tình trạng suy yếu và hướng đến sự khoẻ mạnh. Những nỗ lực chữa trị này có thể bao gồm chữa lành thể chất lẫn thuộc linh, nhưng mục tiêu luôn luôn là toàn bộ con người, toàn vẹn và thánh khiết. *Duy trì* chỉ về những hành động chăm sóc nhằm giúp cho người bị tổn thương chịu đựng và vượt qua hoàn cảnh không thể hay không chắc phục hồi lại được. *Giải hòa* ám chỉ những nỗ lực nhằm tái lập lại những mối quan hệ đã gãy đổ. Sự hiện diện của yếu tố này thể hiện bản chất mang tính cộng đồng, chứ không chỉ cá nhân, của công tác chăm sóc linh hồn Cơ Đốc. Cuối cùng, *dẫn dắt* nói đến việc giúp đỡ một người có những chọn lựa khôn ngoan và nhờ đó được tăng trưởng tâm linh.

Những Cơ Đốc nhân chăm sóc linh hồn người khác nghe những lời xưng tội, cho lời khuyên, an ủi, giảng luận, viết sách và thư từ, thăm viếng, mở mang và điều hành bệnh viện, thành lập trường học và giảng dạy, tham gia vào các công tác xã hội và chính trị. Tất cả những việc này và nhiều điều khác nữa được cam kết thực hiện hướng đến điều mà McNeil mô tả là "trình dâng cho Đức Chúa Trời tất cả những người được nên trọn vẹn trong Đấng Christ" (McNeil 1951, vii). Theo đó, ta có thể hiểu mục tiêu tổng quát của công tác chăm sóc linh hồn Cơ Đốc là sự hình thành đời sống tâm linh, bản tánh của Đấng Christ được hình thành trong dân sự của Ngài.

Công tác chăm sóc linh hồn ở thế kỷ hai mươi đã bị thu hẹp bởi phương pháp điều trị và trị liệu đang chi phối cả bên trong lẫn bên ngoài hội thánh. Việc điều trị hầu như làm lu mờ công tác chăm sóc khi các mục sư và nhân sự bị thay thế bởi những chuyên gia tư vấn được ưa chuộng hơn.

Tuy nhiên, công tác chăm sóc linh hồn Cơ Đốc là việc rất quan trọng không thể bị giới hạn trong những hoạt động điều trị liên quan tới liệu pháp chữa bệnh hiện đại, và phạm vi của nó cũng rộng hơn công tác tư vấn—kể cả tư vấn mục vụ. Nếu muốn nắm vững ý nghĩa rõ rệt và trọng yếu nhất của công tác chăm sóc linh hồn Cơ Đốc thì việc cần thiết là phải hiểu chỗ đứng của tư vấn mục vụ trong phạm vi công tác ấy.

Ít nhất năm hình thức chăm sóc linh hồn phải là một phần trong đời sống của mỗi hội thánh Cơ Đốc: Tình bạn Cơ Đốc, mục vụ chăn bầy, chăm sóc mục vụ, tư vấn mục vụ và hướng dẫn thuộc linh.[1] Trình tự của năm hình thức này là trình tự mang tính chuyên biệt hóa – đi từ hình thức rộng và ít chuyên môn nhất đến hình thức hẹp và chuyên biệt nhất. Nó không phải là trình tự về tầm quan trọng. Mối liên hệ

---

1. Một phần tài liệu về chăm sóc linh hồn trong quyển này được chỉnh sửa từ quyển *Care of Souls* (Benner 1998), quyển sách mô tả phạm vi mở rộng của các hình thức chăm sóc linh hồn Cơ Đốc.

của những hình thức chăm sóc linh hồn này được minh họa ở hình 1.

Hình 1: Bối cảnh của tư vấn mục vụ

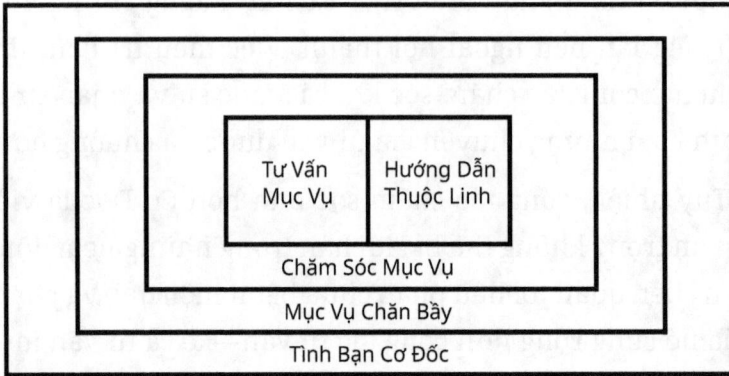

Tình Bạn Cơ Đốc

Nền tảng của công tác chăm sóc linh hồn Cơ Đốc là hình thức ít chuyên môn nhất—tình bạn giữa Cơ Đốc nhân này với một Cơ Đốc nhân khác.[2] Bạn bè ít khi nghĩ rằng mình đang làm công tác chăm sóc linh hồn khi họ gọi điện thoại cho nhau để nâng đỡ hay khích lệ nhau hoặc đơn thuần chỉ là để giữ liên lạc. Đơn giản họ chỉ đang chăm sóc những người họ yêu thương. Nhưng những người bạn hiểu được lý tưởng cao cả của tình bạn Cơ Đốc đang thể hiện một trong những hình thái quan trọng nhất của công tác chăm sóc

2. Có thể tìm đọc phần trình bày đầy đủ hơn về tình bạn Cơ Đốc trong *Sacred Companions* (Benner 2002).

linh hồn Cơ Đốc. Và nếu chúng ta có thể thường xuyên được ở trong những mối quan hệ mà trong đó bạn bè và người thân quan tâm đến toàn bộ con người chúng ta, đặc biệt chú trọng đến con người bề trong, thì nhu cầu cần có những cách thể hiện mang tính chuyên môn và hình thức hơn của công tác chăm sóc linh hồn được giảm đi rất nhiều.

Tình bạn Cơ Đốc vừa quan trọng vừa khả thi vì nó bắt nguồn từ Đức Chúa Trời. Giáo lý Ba Ngôi đặt tình bạn ở ngay trọng tâm trong bản chất của Đức Chúa Trời. Và điều khó tin nhất là sự trao đổi bất diệt của tình bạn kết nối Cha, Con và Thánh Linh thành một, cũng mở rộng cho những người mà Chúa Giê-xu gọi là môn đồ và bạn hữu của Ngài. Đó cũng chính là tình bạn mà Chúa Giê-xu muốn chúng ta bày tỏ với nhau (1 Giăng 4:7).

Trong điều kiện tốt nhất, sự chăm sóc mà các thành viên trong gia đình và bạn hữu dành cho nhau có tiềm năng đặc biệt để khuyến khích sự tăng trưởng và chữa lành một cách sâu sắc. Những bậc cha mẹ khi nuôi dưỡng đời sống tâm lý và thuộc linh của con cái có cơ hội tạo ảnh hưởng trên chúng mà không ai có thể làm được, giống như những cặp vợ chồng thật sự cố gắng tìm hiểu và hỗ trợ đời sống nội tâm của người bạn đời.

Tiếc thay, các gia đình thường không sống theo những tiêu chuẩn lý tưởng của tình bạn tâm giao. Những người làm cha mẹ buộc phải dùng kỷ luật và chỉ dẫn, mà không chia sẻ tình bạn với con mình. Dĩ nhiên, bi kịch là các cặp vợ chồng thường dễ dàng mắc cùng một sai lầm như vậy. Nhiều khi những người tích cực chăm sóc người ngoài thường ít thể hiện tình bạn tâm giao thực sự với những người thân trong gia đình của chính họ.

Hội thánh nào muốn đặt công tác chăm sóc linh hồn lẫn nhau giữa các bạn hữu và thành viên trong gia đình làm nền tảng cho công tác chăm sóc linh hồn cho hội chúng thì phải bắt đầu bằng cách giúp các gia đình trở thành mạng lưới của tình bạn tâm giao chân thật. Họ phải vừa khích lệ vừa ủng hộ tình bạn giữa những thành viên không cùng một gia đình, vốn là những người không có mối liên hệ huyết thống nhưng đơn thuần chỉ vì có cùng lý tưởng về công tác chăm sóc linh hồn lẫn nhau.

Tư vấn mục vụ không mang tính tình bạn và cũng không thể không gây nguy hiểm cho người có mối quan hệ bạn bè cá nhân với mục sư.[3] Nhưng được thực hiện trong một cộng đồng có nền tảng là hệ thống những tình bạn chân thật, quan tâm chăm sóc linh hồn lẫn nhau thì tư vấn mục vụ có thể hoàn thành xuất sắc vai trò đặc biệt của nó.

Mục Vụ Chăn Bầy

Mục vụ chăn bầy cũng là một phần trong phạm vi rộng lớn của tư vấn mục vụ. Nó bao gồm những việc như giảng, dạy, hướng dẫn thờ phượng, quản trị, phục vụ cộng đồng, phát triển vai trò lãnh đạo và, dĩ nhiên là có cả chăm sóc mục vụ

---

3. Xem phần trình bày các chỉ dẫn đạo đức trong phần phụ lục để có cái nhìn rộng hơn về vấn đề này.

và tư vấn (Clinebell 1984). Dù đôi khi ranh giới giữa những lãnh vực trách nhiệm này không rõ ràng nhưng điều quan trọng là những hoạt động khác nhau này kết hợp hài hòa với nhau thành một khối. Do đó, không có việc một hoạt động này được thực hiện lại gây hại cho những hoạt động kia. Điều này đặc biệt quan trọng đối với chăm sóc mục vụ và tư vấn, là lãnh vực dễ chiếm thời gian dành cho các hoạt động khác và có thể gây ra xung đột nghiêm trọng với các lãnh vực khác của vai trò mục sư.

Giảng, dạy và thờ phượng đều là những hoạt động chăm sóc linh hồn đặc biệt quan trọng. Bất cứ việc gì đem con người bước vào trong mối liên hệ với Đức Chúa Trời đều có tác dụng dưỡng linh và chữa lành tâm hồn họ. Đây là lý do hầu hết các mục sư đều hiểu rõ rằng thờ phượng là quan trọng đối với đời sống của hội thánh. Ta có thể hiểu thờ phượng là sự chăm sóc linh hồn tập thể ở chỗ nó kết hợp và định hướng cho tất cả những hình thức khác của công tác chăm sóc linh hồn trong hội thánh.

Tư vấn mục vụ phải được thực hiện sao cho vừa hỗ trợ vừa không gây hại cho những lãnh vực rộng hơn trong chức vụ mục sư. Hầu hết các mục sư, trừ những người chỉ làm công việc tư vấn, phải sắp xếp việc tư vấn cùng với các lãnh vực khác trong tuần sao cho phù hợp. Điều này có nghĩa là tư vấn mục vụ không chỉ đòi hỏi phù hợp với thời lượng giới hạn cho phép (điều mà tôi sẽ phải nói thêm ngay) mà còn phải phù hợp với hệ thống các vai trò khác của mục sư.

Giữa tư vấn và giảng luận có thể tiềm ẩn nghịch lý. Có nên soạn bài giảng dựa theo kinh nghiệm tư vấn không? Làm như vậy một cách trực tiếp và lộ liễu sẽ vi phạm yếu tố bảo mật trong tư vấn. Phải biết rằng tôn trọng quy tắc tối quan trọng về tính bảo mật trong tư vấn không chỉ là bảo vệ tên của người đó (Nessan 1998). Ví dụ: dù đã chuẩn bị một bài giảng về đồng tính luyến ái thì mục sư cũng không nên giảng bài đó ngay sau khi nghe về những tranh chiến của một tín đồ trong lĩnh vực này. Nếu mục sư giảng, chắc chắn sẽ khiến người tín hữu đó cảm thấy mục sư đang dùng tòa giảng để nói riêng với họ.

Nhưng mặt khác, không cho mục sư đem những kinh nghiệm tư vấn vào bài giảng là lãng phí nguồn thông tin phong phú từ hội chúng và bỏ lỡ cơ hội nói đến những nhu cầu sâu kín của các tín hữu. Dĩ nhiên, giải pháp cho tình trạng tiến thoái lưỡng nan này nằm ở việc nhận biết sự dẫn dắt của Đức Thánh Linh về thời điểm và cách thức nói đến những vấn đề đó. Mục sư cũng không nên bỏ qua lựa chọn đơn giản là thảo luận chủ đề bài giảng với cá nhân có liên quan. Đây là cách dễ dàng để bày tỏ sự tế nhị và là phòng bệnh hơn chữa bệnh.

Chăm Sóc Mục Vụ

Mục vụ chăn bầy rộng hơn chăm sóc mục vụ và chăm sóc mục vụ rộng hơn tư vấn mục vụ. Việc cố gắng biến toàn bộ chăm sóc mục vụ thành công tác tư vấn là không nhận biết cả chiều rộng của chăm sóc mục vụ lẫn đặc tính của công tác tư vấn.

Theo cách dùng thông thường của thuật ngữ này, chăm sóc mục vụ nói đến toàn bộ các loại giúp đỡ mà các mục sư, trưởng lão, chấp sự và những thành viên khác trong hội thánh thực hiện nhằm giúp đỡ những người có cần. Chăm sóc mục vụ là mục vụ của lòng thương xót, bắt nguồn từ và được thúc đẩy bởi tình yêu thương của Đức Chúa Trời. Dưới hình thức cơ bản nhất, chăm sóc mục vụ đơn giản là việc một Cơ Đốc nhân đến giúp đỡ, khích lệ hay nâng đỡ người khác khi có cần. Chăm sóc mục vụ là món quà của tình yêu thương và sự chăm sóc Cơ Đốc của một người muốn truyền tải sự hiện diện đầy ân điển của Đức Chúa Trời cho người đang khao khát, ở mức độ nào đó, sống đích thực trong sự hiện diện thiên thượng đó.

Eschmann (2000) cho rằng chăm sóc mục vụ gồm ba loại hoạt động với phạm vi rộng: chúc phước và chữa lành, hòa giải và biến cải, thánh hóa và thông công. Cụ thể hơn, chăm sóc mục vụ còn bao gồm các hoạt động như thăm bệnh, dự tang lễ, an ủi tang quyến; hòa giải những người ly thân; nâng đỡ những người đang tranh chiến hoặc đối diện với khó khăn nào đó; nuôi dưỡng và bảo vệ đức tin của các thành viên trong hội thánh; giảng, dạy, cầu thay; và thực hiện các thánh lễ.

Hội chúng lành mạnh xây trên nền tảng tình bạn tạo nên cốt lõi của cộng đồng thuộc linh bằng cách khuyến khích tất cả các Cơ Đốc nhân đến với nhau trong mối liên hệ của công tác chăm sóc mục vụ. Tuy nhiên, nếu mô tả tất cả những hành động chăm sóc Cơ Đốc là "tình bạn" thì chúng ta đã tầm thường hóa tình bạn. Tình bạn phải mang tính hỗ tương, trong khi chăm sóc mục vụ là những hành động không mong được đáp trả. Những hội thánh đặt công tác chăm sóc linh hồn làm mục vụ trọng tâm là những hội thánh không ngừng gia tăng số lượng các thuộc viên biết quan tâm đến hạnh phúc của những người khác trong mối thông công.

Dù có những khác biệt quan trọng so với các hoạt động khác trong chăm sóc mục vụ nhưng tư vấn mục vụ cũng thuộc chăm sóc mục vụ. Thứ nhất, trong khi một mối quan hệ chăm sóc có thể do mục sư hoặc người nào đó làm công tác chăm sóc khởi xướng cách thích hợp thì tư vấn mục vụ thường bắt đầu từ tín hữu. Ngoài ra, đặc trưng của tư vấn mục vụ là tập trung nhiều vào nan đề; nghĩa là, một tín hữu tìm gặp mục sư vì một nan đề nào đó cần được giúp đỡ. Dù chăm sóc mục vụ có thể được thực hiện trong lúc đối diện với những kinh nghiệm khó khăn trong cuộc sống nhưng thường thì những kinh nghiệm đó không được xem là nan đề cần được giải quyết mà là những trải nghiệm cần được hiểu trên phương diện thần học và phải được đối diện bằng nhận thức về sự hiện diện của Đức Chúa Trời.

Những hoạt động của chăm sóc mục vụ cũng thường chiếm ít thời gian hơn tư vấn mục vụ—kể cả hình thức tư vấn ngắn như tư vấn mục vụ có chiến lược. Trong chăm sóc mục vụ, những việc như đám cưới, tang lễ hay thăm viếng thường không đòi hỏi mối liên hệ luôn tiếp diễn. Ngay cả việc chuẩn bị cho hôn nhân (thỉnh thoảng được gọi là tư vấn tiền hôn nhân nhưng thường thiếu tập chú vấn đề trong những hình thức khác của tư vấn) cũng phải giới hạn thời gian.

Hơn nữa, chăm sóc mục vụ không đòi hỏi cùng một mức độ tham gia hay đáp ứng nhiệt tình, vốn là điều cần thiết trong tư vấn mục vụ. Thí dụ, chúng ta hoàn toàn có thể thực hiện chăm sóc mục vụ cách thích hợp cho những người bất tỉnh (xem Close 1998), không nói hay viết được hoặc thậm chí là những người chậm phát triển trí tuệ—tất cả những điều kiện hàm ý hạn chế về hiệu quả của tư vấn mục vụ.

Cuối cùng, trong khi những nguyên tắc Kinh thánh thỉnh thoảng được giới thiệu ngay và trực tiếp một cách thích hợp trong những hoạt động khác của chăm sóc mục vụ thì trong tư vấn mục vụ, mục sư phải nghe hết câu chuyện của người tín hữu trước khi chia sẻ phân đoạn Kinh thánh. Ngay cả khi đó, việc chia sẻ phân đoạn Kinh thánh ấy phải là một phần trong cuộc trò chuyện đang tiếp diễn. Quá trình này cần nhiều thời gian hơn thời gian dành cho những cuộc gặp gỡ ngắn trong chăm sóc mục vụ, khi mà một lời cầu nguyện hay một câu Kinh thánh đôi khi cũng thích hợp nếu người tín hữu mong muốn.

Hướng Dẫn Thuộc Linh

Cách đây không lâu, ngoại trừ những người theo Anh quốc giáo (Anglicans) và Tân giáo (Episcopalians), hầu hết các tín hữu Tin Lành đều thấy xa lạ với khái niệm hướng dẫn thuộc linh. Những người đã nghe về điều này thường đánh đồng nó với khái niệm thuận phục một thẩm quyền tôn giáo, có lẽ họ nghĩ rằng hướng dẫn thuộc linh là chuyện của các thầy tu hay những người nằm trong hàng giáo phẩm. Kết quả là họ có khuynh hướng nghi ngại vấn đề này. Một số khác, vì biết rằng gần đây sự hướng dẫn thuộc linh đã được chấp nhận, thì cho rằng đó chỉ là mốt nhất thời, chỉ là vỏ bọc mới nhất của công tác môn đồ hóa hay công tác tư vấn. Một số khác nữa, dù nhận thức được rằng hướng dẫn thuộc linh đã có từ xưa chứ không phải mới mẻ, vẫn nghĩ rằng nó từa tựa như công tác tư vấn thuộc linh—tức là sự hướng dẫn về đạo đức hay hình thức khuyên nhủ nào đó về cách sắp xếp đời sống thuộc linh cách trật tự.

Tất cả các thái độ trên phát xuất từ những hiểu lầm nghiêm trọng. Ngay từ thời kỳ đầu của hội thánh, hướng dẫn thuộc linh—viên ngọc quý trên mão miện của các mối quan hệ trong công tác chăm sóc linh hồn—đã là một phần quan trọng trong những mối quan hệ chính thức của sự dưỡng dục Cơ Đốc. Hướng dẫn thuộc linh thích hợp với mỗi Cơ Đốc nhân là những người nghiêm túc trên linh trình hơn là chỉ đặc biệt dành riêng cho một vài người. Đúng ra, đó là một hình thức của tình bạn thuộc linh hơn là mối quan hệ về thẩm quyền. Hướng dẫn thuộc linh tập trung vào mối tương giao của người đó với Đức Chúa Trời hơn là tập trung vào đạo đức. Và thay vì chỉ là môi trường để tư vấn thuộc linh, thì đó là mối quan hệ đồng nhận biết. "Người hướng dẫn" nhận biết Đức Thánh Linh là Đấng hướng dẫn thuộc linh thật và tìm cách giúp người khác nhận biết và thuận phục sự dẫn dắt của Ngài.

Hướng dẫn thuộc linh là "tiến trình cầu nguyện trong đó, người đang tìm kiếm sự giúp đỡ trong việc nuôi dưỡng mối tương giao riêng tư sâu sắc hơn với Đức Chúa Trời gặp gỡ một người khác để cầu nguyện và trao đổi về vấn đề tăng trưởng trong sự nhận biết Đức Chúa Trời, ngay trong những trải nghiệm của đời sống và tạo điều kiện thuận lợi cho việc thuận phục ý muốn Ngài" (Benner 2002, 94). Tôi sẽ khảo sát một số yếu tố của hướng dẫn thuộc linh để làm sáng tỏ định nghĩa trên.

Dù có nhắm mắt hoặc nói ra thành tiếng thì cầu nguyện vẫn là nền tảng cho hướng dẫn thuộc linh vì—về bản chất—hướng dẫn thuộc linh đòi hỏi cả người hướng dẫn lẫn người được hướng dẫn phải chú tâm vào sự hiện diện của Đức Chúa Trời và đáp ứng với nhận thức ấy. Hướng dẫn thuộc linh bao gồm một tập hợp các mối quan hệ giữa ba người—người hướng dẫn, người được hướng dẫn và Đức Chúa Trời. Trọng tâm ở đây không phải là mối quan hệ giữa người hướng dẫn và người được hướng dẫn mà là mối liên hệ giữa người được hướng dẫn và Đức Chúa Trời. Đây là điểm khác biệt giữa hướng dẫn thuộc linh với công tác tư vấn vì tư vấn coi mối quan hệ giữa người tư vấn và người được tư vấn là quan trọng nhất. Người hướng dẫn thuộc linh phải tránh không được đánh giá quá cao mối quan hệ giữa họ với những người họ đang giúp đỡ. Mối quan hệ giữa người tìm kiếm sự hướng dẫn thuộc linh với Chúa mới là điều quan trọng nhất và mục tiêu chung là giúp người được hướng dẫn chú ý đến sự dẫn dắt và hiện diện của Đức Thánh Linh trong đời sống họ và thuận phục tình yêu cũng như ý muốn của Đức Chúa Trời.

Dù tư vấn mục vụ và hướng dẫn thuộc linh có một số điểm chung nhưng vẫn có những điểm khác biệt quan trọng. Điểm khác biệt quan trọng nhất là trong khi tư vấn tập trung vào nan đề thì hướng dẫn thuộc linh tập trung vào Đức Thánh Linh. Mặc dù về lý thuyết, hướng dẫn thuộc linh có thể bắt đầu từ một khủng hoảng hay nan đề, nhưng mục tiêu của nó là phát triển mối tương giao giữa một người với Đức Chúa Trời chứ không phải giải quyết nan đề. Bản thân nan đề, nếu có, cũng chỉ là nơi để người ấy gặp gỡ Đức Chúa Trời mà thôi.

Một điểm khác biệt nữa giữa tư vấn mục vụ và hướng dẫn thuộc linh là vai trò của sự thấu cảm trong mối quan hệ. Người tư vấn cố gắng thấu cảm với trải nghiệm bên trong của những người mà họ tư vấn. Còn người hướng dẫn thuộc linh thì tập trung sự thấu cảm của mình vào Đức Thánh Linh chứ không vào người khác. Điều này có nghĩa là mục tiêu chính của người hướng dẫn thuộc linh không phải là tìm hiểu xem người mình hướng dẫn cảm thấy thế nào, cũng không phải là đi vào trải nghiệm của người đó để hiểu cách người ấy nhìn nhận vấn đề. Mà mục tiêu chính của hướng dẫn thuộc linh là giúp cho người ấy gặp gỡ Thánh Linh của Đức Chúa Trời cách mật thiết hơn.

Shea (1997) cho rằng dù cả tư vấn mục vụ lẫn hướng dẫn thuộc linh đều tập trung vào việc phát triển đức tin, nhưng chúng khác nhau về phương pháp. Tư vấn mục vụ cố gắng giúp người ta đạt đến mức độ trưởng thành trong đức tin trong khi hướng dẫn thuộc linh tìm cách giúp những người đã có đức tin trưởng thành được sâu nhiệm hơn qua việc bày tỏ đức tin trong cuộc sống. Galindo (1997) nói thêm rằng hướng dẫn thuộc linh tập trung vào cách ân điển vận hành trong đời sống của người đang tìm kiếm sự giúp đỡ—cách người ấy chấp nhận, chống cự và đáp ứng với ân điển ấy trong sự cầu nguyện và hành động.

Mục sư tư vấn có thể học hỏi được nhiều từ hình thức chăm sóc linh hồn Cơ Đốc thường bị bỏ qua này. Lưu tâm đến sự hiện diện và dẫn dắt của Đức Thánh Linh giúp neo chặt tư vấn mục vụ vào công tác chăm sóc linh hồn Cơ Đốc và giúp mục sư không phải lãnh trách nhiệm phát triển hay chữa lành người đến xin giúp đỡ. Vai trò của sự im lặng trong tiến trình hướng dẫn thuộc linh—khi cả hai người đều cố gắng tập trung cao độ hơn vào Đức Thánh Linh—cũng thích hợp với tiến trình tư vấn mục vụ. Tuy nhiên, có lẽ không có sự đóng góp nào quan trọng hơn việc nhận biết Đức Thánh Linh là Đấng hướng dẫn đích thực. Mục sư tư vấn sẽ làm tốt công tác của mình khi nhắc cho người được tư vấn biết rằng cũng chính Đức Thánh Linh ấy là Đấng tư vấn (mưu luận) đích thực. Vai trò của tư vấn viên mục vụ là hỗ trợ để tạo nên sự hoà hợp và thuận phục Đấng tư vấn (mưu luận) chân thật tuyệt vời này, là Đấng mà cả hai phải trông cậy.

Một số hội thánh có được thuận lợi khi có những người hướng dẫn thuộc linh được đào tạo trong hàng ngũ nhân sự hoặc trong hội chúng. Các hội thánh khác phải nhờ đến mục sư hay những Cơ Đốc nhân trưởng thành là những người tình nguyện đồng hành với những người đang tìm kiếm những mối quan hệ mang tính trách nhiệm và tăng trưởng tâm linh. Không ai không cần sự đồng hành của một người hướng dẫn thuộc linh miễn là các Cơ Đốc nhân khôn ngoan và trưởng thành sẵn sàng học cách đến bên cạnh người khác khi họ tìm cách nhận biết sự hiện diện và dẫn dắt của Đức Chúa Trời. Không Cơ Đốc nhân nào không nên trở thành người hướng dẫn thuộc linh, và không hội thánh nào nên bỏ qua việc khích lệ những người được Đức Chúa Trời ban ân tứ cho sự kêu gọi này phát triển khả năng của họ hơn nữa.

Tư Vấn Mục Vụ

Công tác tư vấn do mục sư thực hiện phải nằm trong bối cảnh của các mục vụ chăm sóc linh hồn. Điều này có nghĩa là công tác ấy sẽ có những điểm khác biệt quan trọng so với tư vấn Cơ Đốc nói chung, tức là việc tư vấn do các Cơ Đốc nhân không phải là mục sư thực hiện. Tư vấn Cơ Đốc không do mục sư thực hiện có thể được định hình bởi những giá trị Cơ Đốc và được xây dựng xung quanh một quan điểm Cơ Đốc của các cá nhân, nhưng công tác ấy hiếm khi tập trung rõ ràng vào lĩnh vực thuộc linh vốn rất thích hợp trong tư vấn mục vụ. Hơn nữa, vì những người làm công tác tư vấn là các chuyên gia về sức khỏe tâm thần chứ không phải mục sư nên tư vấn Cơ Đốc được xây dựng dựa trên mối quan hệ khám chữa bệnh, hoàn toàn khác với mối quan hệ mục vụ vốn là cốt lõi của tư vấn mục vụ.

Tư vấn mục vụ khác với tư vấn Cơ Đốc vì mục sư không chỉ là một người tư vấn. Các mục sư liên hệ với những người họ tư vấn theo nhiều cách khác nhau, mỗi cách phản ánh một khía cạnh trong phạm vi trách nhiệm rộng lớn của mục sư. Khác với người tư vấn điều trị dù là Cơ Đốc nhân hay người ngoại, mục sư tư vấn không có quyền lựa chọn giới hạn việc tiếp xúc với những người mình tư vấn chỉ trong những buổi tư vấn được sắp xếp. Mục sư tư vấn cũng liên quan đến các tín hữu khi ông đứng trên bục giảng, trong các ban ngành, tại các buổi thông công trong hội thánh và tại cổng nhà thờ sau các buổi nhóm sáng Chúa nhật. Mục sư cũng là người đến thăm các tín hữu khi họ đau ốm, cử hành hôn lễ và tổ chức tang lễ cho họ. Các hoạt động trên đều là những khía cạnh không thể thiếu trong vai trò mục sư, và công tác tư vấn phải được thực hiện như thế nào để có thể hỗ trợ cho các mối quan hệ mục vụ quan trọng như nhau này.

Tuy nhiên, tư vấn mục vụ được đặt trong phạm vi rộng lớn của mục vụ chăn bầy thế nào thì nó cũng phải được đặt bên trong lãnh vực tư vấn thế ấy. Dù gì đi nữa thì tư vấn mục vụ vẫn là một hình thức tư vấn; do đó, chúng ta phải nắm được mối quan hệ của nó với các hoạt động tư vấn khác.

Dĩ nhiên, theo nhiều cách khác nhau, từ *tư vấn* được dùng khi nói đến lời khuyên về thuế, du lịch, dinh dưỡng và nhiều vấn đề khác cần sự tham mưu. Khi được dùng để mô tả những hoạt động đó, từ tư vấn nói đến việc trao đổi thông tin hoặc cho lời khuyên. Trái lại, các chuyên gia sức khỏe tâm thần lại dùng từ ấy để nói đến mối quan hệ hỗ trợ trong đó, thông qua một chuỗi các buổi tiếp xúc được xây dựng sẵn, người tư vấn cố gắng xoa dịu nỗi buồn và khuyến khích người đến tư vấn tiếp tục tăng trưởng. Trong trường hợp này, tư vấn cho thấy mối quan hệ mang tính đối thoại và khám phá chứ không chỉ là trao đổi thông tin.

Hai cách hiểu như trên về tư vấn không loại trừ nhau mà nằm trên một trình tự. Đưa ra lời khuyên có thể là một phần trong công tác tư vấn của chuyên gia sức khỏe tâm thần, dù thường không phải là phần chính. Tương tự, một người tư vấn về thuế có thể có cảm tình riêng với người đến nhờ giúp đỡ và có thể đáp ứng với sự thấu cảm chứ không chỉ là những lời khuyên mang tính chuyên môn. Tuy nhiên, điều này không phải là bản chất của tư vấn. Chúng ta thực sự không có quyền mong đợi một mối quan hệ như thế ở một người tư vấn về thuế. Và cũng vậy, đối với chuyên gia về sức khỏe tâm thần, chúng ta mong đợi điều gì đó hơn là một lời khuyên.

Vậy thì, tư vấn mục vụ nằm ở đâu trên trình tự của công tác tư vấn khi lời khuyên trong công tác tư vấn là một mối quan hệ giúp đỡ nhằm xoa dịu căng thẳng và thúc đẩy tăng trưởng? Mặc dù có nhiều cách hợp pháp để thực hiện tư vấn mục vụ nhưng nhìn chung, mục vụ này gần gũi với tư vấn tâm lý hơn là tư vấn thuê. Đây có lẽ chỉ là một ngành nữa trong các ngành khoa học tâm lý. Tuy vậy, lịch sử công tác chăm sóc linh hồn Cơ Đốc chứng minh tư vấn mục vụ không chỉ đơn thuần là cho lời khuyên. Mặc dù thỉnh thoảng hướng dẫn thuộc linh bao gồm hành động cho lời khuyên, nhưng trọng tâm chung rõ ràng vẫn là hình thành mối quan hệ giữa người trưởng thành thuộc linh và người tìm kiếm sự giúp đỡ tâm linh, và mối quan hệ này nhằm giúp người tìm kiếm sự giúp đỡ được tăng trưởng thuộc linh (McNeil 1951; Clebsch và Jaekle 1964). Tiêu biểu cho cách hiểu này là Fénelon, thần học gia người Pháp thế kỷ 17, người đã đưa ra lời khuyên bất hủ sau về cách tư vấn mục vụ:

> Nói ít; nghe nhiều; nghĩ sâu xa hơn về việc hiểu lòng người và việc tự điều chỉnh sao cho phù hợp với các nhu cầu của họ hơn là nói với họ những điều khôn ngoan. Cho họ thấy bạn là người cởi mở và hãy để mọi người kinh nghiệm được rằng họ an toàn và được an ủi khi mở lòng ra với bạn. Tránh thái độ nghiêm khắc cực đoan, và khi cần thiết, quở trách một cách cẩn trọng và dịu dàng. Đừng bao giờ nói nhiều quá mức cần thiết mà hãy thẳng thắn, bộc trực trong bất cứ lời nào bạn nói ra. Đừng để ai lo sợ bị lừa dối khi đặt lòng tin vào bạn. …Bạn nên làm mọi việc cho hết thảy con cái của Đức Chúa Trời để có được họ.

Và hãy tự chỉnh sửa mình rồi mới chỉnh sửa người khác. (Fénelon 1980, 24).

Do đó, công tác tư vấn, dù là do mục sư hay chuyên gia về sức khỏe tâm thần thực hiện, cũng không thể chỉ là nói điều người đó nên hoặc không nên làm, dù đó là ý kiến riêng của người tư vấn hay ý kiến của người tư vấn về ý muốn của Đức Chúa Trời. Dù tư vấn mục vụ phải luôn được thực hiện trong ánh sáng của Lời Chúa—điều người ta mong đợi như mẫu mực của hội thánh Cơ Đốc—thì mục vụ ấy vẫn khác với việc giảng hay bất cứ một trách nhiệm nào khác của mục sư.

Một cách hiểu bản chất của công tác tư vấn là nghĩ về nó như một phương cách có kế hoạch để ở bên cạnh người cần được giúp đỡ. Tư vấn đầu tiên và trước hết là sự hiện diện, không phải việc làm—không phải là vấn đề áp dụng khéo léo những kỹ thuật tư vấn, mà là trở thành một loại người nào đó và đem cái tôi đó vào trong tư vấn cách hiệu quả. Người ta cho rằng Carl Jung đã nói điều tạo nên sự khác biệt trong công tác tư vấn không phải là điều bạn làm hay điều bạn biết, mà là bạn là ai. Sự khỏe mạnh về tâm lý thuộc linh của mục sư tư vấn tác động nhiều đến việc nâng cao hay giới hạn tính hiệu quả của công tác tư vấn hơn bất cứ một yếu tố đơn lẻ nào liên quan đến hoặc người tư vấn hoặc quá trình tư vấn. Khó mà dẫn người khác đến nơi mình chưa từng đến. Do vậy, người tư vấn không minh họa được, ngay cả ở một mức độ không hoàn hảo, những ưu tiên và nguyên tắc nằm sau công tác tư vấn của mình, sẽ bị giới hạn nghiêm trọng trong việc giúp đỡ người khác.

Nhưng tư vấn không chỉ là có mặt; mà là hiện diện với. Nếu tư vấn bắt đầu với con người của nhà tư vấn, thì tư vấn vượt ra khỏi con người đó để hướng đến cách hiện diện như một người hiện diện với một người khác. Olthius (1989) cho rằng hiện diện với là phép ẩn dụ cơ bản của niềm tin Cơ Đốc, minh họa rõ ràng nhất bản chất của mối liên hệ giao ước mà Đức Chúa Trời ban cho dân sự Ngài. Đức Chúa Trời đã hiện diện cách thành tín giữa những nỗi đau đớn, tan vỡ và tranh chiến của dân sự Ngài như thế nào, thì người tư vấn cũng có thể ở bên cạnh những người tìm đến họ để được giúp đỡ thể ấy. Ở bên cạnh người khác trong những tranh chiến của họ thật sự là trọng tâm của tư vấn. Theo cách thức đặc biệt này, người tư vấn có thể bày tỏ lòng thương xót và sự chăm sóc cụ thể khi đến với những người đang đau khổ và chia sẻ nỗi đau ấy với họ.

Cuối cùng, tư vấn là hiện diện với một cách có kế hoạch. Điều này có nghĩa là tư vấn có giới luật, ở một mức độ nào đó. Không phải mọi cách thức hiện diện với một người đều kết quả như nhau trong việc chuyển ân điển và đem người ấy vào mối liên hệ cá nhân trực tiếp với Đức Chúa Trời. Đây là mục tiêu của tư vấn mục vụ và những kế hoạch, kỷ luật và kỹ thuật có trong mối liên hệ cuối cùng đều phải phục vụ cho mục đích này. Tư vấn đòi hỏi hình thức hiện diện có kỷ luật và kỷ luật ấy được định hình bởi lý thuyết và kỹ thuật trong phương pháp tư vấn của một người. Chúng dẫn dắt và định hướng cho việc tư vấn, giúp sắp xếp thứ tự ưu tiên, xác định, bảo vệ và duy trì mục tiêu mong ước.

Tư vấn mục vụ vừa là hình thức chuyên môn của chăm sóc mục vụ vừa là hình thức tư vấn chuyên môn. Nó phải khác với các mối liên hệ mục vụ khác bằng cách tổ chức những buổi hẹn đặc biệt trong bối cảnh nhất quán và phù hợp. Tư vấn mục vụ không thích hợp khi thực hiện ở hội trường lớn, ngay trước cửa hoặc hành lang trước giờ nhóm. Không phải tất cả các cuộc nói chuyện giữa mục sư với tín đồ về những điều người tín đồ quan tâm đều là tư vấn mục vụ. Như bất kỳ một mối quan hệ chuyên môn nào khác, tư vấn mục vụ cần phải có các giới hạn để bảo vệ mục đích đặc biệt của nó. Các giới hạn này là rất cần thiết để biệt riêng cách thích hợp tư vấn mục vụ ra khỏi các trách nhiệm khác của chăm sóc mục vụ và mục vụ chăn bầy.

Nếu tư vấn mục vụ là một mục vụ chuyên biệt và trung thực thì nó phải được đặt trở lại vào vị trí đúng đắn trong công tác chăm sóc và mục vụ của mục sư. Ta cũng phải hiểu nó trong mối quan hệ với các hình thức chăm sóc linh hồn Cơ Đốc khác, là một phần trong đời sống của hội thánh. Mỗi hình thức chăm sóc linh hồn là một phần độc đáo trong phạm vi các công tác mục vụ và chúng cần có nhau để thực hiện tốt nhất chức năng của mình.

Tài Liệu Đọc Thêm

Aden, L., and J. H. Ellens, eds. 1988. *The Church and Pastoral Care.* Grand Rapids: Baker. Một bộ sưu tập các bài báo về vai trò của chăm sóc mục vụ trong hội thánh, trình bày một khái quát cân đối và tỉ mỉ về mọi khía cạnh của chăm sóc mục vụ.

Benner, D. 1988. *The Care of Souls: Revisioning Christian Nurture and Counsel*. Grand Rapids: Baker. Sau khi đưa ra xem xét vắn tắt về lịch sử chăm sóc linh hồn Cơ Đốc, quyển sách khảo sát những phương cách mà các khía cạnh tâm linh và tâm lý của công tác chăm sóc mục vụ có thể được kết hợp trong phạm vi rộng của các hình thức chăm sóc, nuôi dưỡng và tư vấn Cơ Đốc đương đại.

———. 2002. *Sacred Companions: The Gift of Spiritual Friendship and Direction*. Downers Grove, Ill.: InterVarsity. Quyển sách này cung cấp phần dẫn nhập hữu ích về hướng dẫn thuộc linh, xem đó là hình thức chuyên biệt của tình bạn thuộc linh tổng quát hơn, và bao gồm phần trình bày mở rộng về mối liên hệ của nó với công tác tư vấn.

Gerkin, C. V. 1997. *An Introduction to Pastoral Care*. Nashville: Abingdon. Một khái quát xuất sắc về thực hành chăm sóc mục vụ trong lịch sử và đương đại từ một tác giả với hơn năm mươi năm kinh nghiệm trong hoạt động huấn luyện mục vụ điều trị (clinical pastoral education movement).

Holifield, E. B. 1983. *A History of Pastoral Care in America*. Nashville: Abingdon. Một nghiên cứu học thuật về lịch sử chăm sóc mục vụ hiện đại dành cho người quan tâm đến điều gì đó lớn lao, nhưng dễ đọc.

McNeil, J. 1951. *A History of The Cure of Souls*. New York: Harper & Row. Đây có lẽ là lịch sử đáng tin cậy về công tác chăm sóc và cứu rỗi linh hồn trong Cơ Đốc giáo. Nó thích hợp với chương này ở sự trình bày rõ ràng về vị trí trung tâm mà công tác chăm sóc linh hồn được đặt trong lịch sử hội thánh.

Nessan, C. 1998. Confidentiality: Sacred Trust and Ethical Quagmire. *Journal of Pastoral Care* 52, no. 4:349–57. Chứa đựng phần trình bày đặc biệt hữu ích về đạo đức và những vấn đề thực tế của tính bảo mật trong mục vụ.

Pattison, S. 1988. *A Critique of Pastoral Care*. London: SCM. Đây không chỉ là bài phê bình, mà là một khái quát được nghiên cứu cẩn thận và cân đối về công tác chăm sóc mục vụ. Nó đưa ra một nghiên cứu đặc biệt hữu ích về vai trò của Kinh thánh trong sự phát triển thần học mục vụ và thực hành chăm sóc mục vụ.

Ruffing, J. 2000. *Spiritual Direction: Beyond The Beginnings*. New York: Paulist Press. Một tài nguyên tuyệt vời cho người tư vấn mục vụ, là người đã biết chút ít về hướng dẫn thuộc linh và muốn biết thêm nữa.

Wiersbe, D. W. 2000. *The Dynamics of Pastoral Care*. Grand Rapids: Baker. Một bài viết căn bản và hữu ích về một số những hình thức chính của chăm sóc mục vụ dựa trên nền tảng hội chúng.

Chương 2

Tính Đặc Trưng
của Tư Vấn Mục Vụ

Dù có nhiều nét giống tư vấn do những chuyên gia tư vấn thực hiện, nhưng tư vấn mục vụ có nhiều điểm đặc biệt quan trọng. Bảng 1 tóm tắt năm trong số đó.

Bảng 1: Đặc Trưng của Tư Vấn Mục Vụ

Huấn luyện mục sư tư vấn

Vai trò của mục sư tư vấn

Bối cảnh tư vấn mục vụ

Các mục tiêu trong tư vấn mục vụ

Huấn Luyện Mục Sư Tư Vấn

Việc huấn luyện mục sư là điểm đặc biệt vì nó cung cấp cho mục sư tư vấn cái nhìn thuộc linh về con người và nan đề của họ. Mục sư là những chuyên gia tư vấn duy nhất được huấn luyện thường xuyên về thần học hệ thống, nghiên cứu Kinh thánh, đạo đức học và lịch sử hội thánh. Chính khung hiểu biết này mang đến cho mục sư tư vấn cái nhìn vô giá về những người tìm đến họ để được giúp đỡ. Vì vậy, thật hổ thẹn khi các mục sư từ bỏ cái nhìn này mà theo quan điểm tâm lý học, xem tâm lý hay hơn hoặc có uy tín hơn. Với sự hỗ trợ từ việc đọc và suy ngẫm mang tính thần học, các nhà trị liệu tâm lý Cơ Đốc có thể vận dụng hiểu biết của mình về con người làm cho phù hợp với quan điểm Cơ Đốc. Trong khi đó, những bộ lọc mang tính trị liệu cung cấp cho họ cái nhìn về con người lại là điều làm cho quan điểm của họ khác với quan điểm của mục sư. Việc huấn luyện mục sư cung cấp cho họ cái nhìn đặc biệt và vô cùng quan trọng. Nó trang bị để mục sư nhìn con người cách thuộc linh, tức là trong ánh sáng của mối liên hệ của họ với Đức Chúa Trời và đáp ứng của họ với mối liên hệ này.

Nếu được hiểu cách đúng đắn, quan điểm thuộc linh phải luôn là một quan điểm toàn diện. Ngoại trừ những dạng trình độ thuộc linh non nớt và không lành mạnh hạn chế chúng ta chỉ kinh nghiệm được Đức Chúa Trời trong giới hạn hiện hữu riêng của mình, thì việc con người gặp gỡ Đấng Thiên Thượng luôn gây ảnh hưởng gợn sóng lan rộng chạm đến mọi khía cạnh của con người chúng ta. Chăm sóc linh hồn Cơ Đốc luôn đòi hỏi sự tập trung vào toàn thể con người, đặc biệt chú trọng đến con người bề trong. Mục sư tư vấn có vị thế đặc biệt để cung ứng điều này, vì việc huấn luyện cho họ cơ hội để hiểu con người từ khía cạnh lớn nhất—đó là khía cạnh tâm linh.

Việc huấn luyện chỉ chú trọng vào một lĩnh vực thì chắc chắn sẽ thiếu sót ở các lĩnh vực khác. Khi được so sánh với các nhà tâm lý, chuyên gia tâm thần học và các nhà tâm lý trị liệu, thì mục sư tư vấn thường có kiến thức giới hạn hơn về bệnh học tâm lý (psychopathology), đánh giá, chẩn đoán, và tâm lý trị liệu. Mặc dù mục sư có thể học một hoặc hai khóa về tâm lý mục vụ hoặc tư vấn mục vụ và có lẽ một khóa thực tập hoặc trải nghiệm có giám sát về giáo dục mục vụ điều trị, nhưng kinh nghiệm đặc thù của họ về tâm lý có phần giới hạn. Do đó, nếu không có sự huấn luyện chuyên biệt nâng cao về tâm lý trị liệu, thì họ không nên cố gắng áp dụng những phương pháp tư vấn dài hạn, là phương pháp nhắm đến thay đổi cấu trúc nhân cách bên dưới hay giải quyết những vấn đề và mâu thuẫn ngấm ngầm trong tiềm thức.

Mục sư được trang bị cách đặc biệt để thúc đẩy sự toàn diện tâm linh, và đây phải là trọng tâm của bất kỳ sự tư vấn nào được gọi là tư vấn mục vụ. Trọng tâm thuộc linh này được xây dựng trên các thế mạnh riêng biệt của huấn luyện mục vụ và mô tả một phương pháp tư vấn không chỉ phù hợp với các phương diện khác của vai trò mục vụ mà còn cho phép tư vấn được hiệp nhất với bối cảnh chăm sóc mục vụ và sự phục vụ.

Vai Trò của Mục Sư Tư Vấn

Mục sư cũng là người tư vấn đặc biệt trong số những người tư vấn vì cớ vai trò xã hội và vai trò mang tính biểu tượng của họ. Họ là những nhân vật có thẩm quyền tôn giáo và, dù muốn hay không, về mặt biểu tượng, họ đại diện cho những giá trị và niềm tin tôn giáo. Do đó, người ta đến với mục sư, với những mong đợi khác với những mong đợi khi đến với các chuyên gia. Họ mong muốn mục sư bày tỏ các giá trị, niềm tin và cam kết Cơ Đốc và "đem ý nghĩa Cơ Đốc tác động đến những vấn đề của con người" (Clebsch and Jaekle 1964, 4–5).

Vì mục sư được xem là người đại diện của Hội thánh Cơ Đốc, nên một số người tránh không đến với họ khi tranh chiến với các nan đề cá nhân. Có nhiều lý do khác nhau và có liên quan đến phản ứng mang tính cá nhân đối với vai trò có tính biểu tượng của hàng giáo phẩm. Nhiều người lớn tiếp tục nhìn hàng giáo phẩm bằng cặp mắt ấu thơ của họ, có lẽ là nhớ lại những lần đối mặt mang tính tra xét hay trừng phạt với những nhân vật có thẩm quyền tôn giáo đáng sợ và nghiêm khắc. Những người như thế sợ tiếp xúc với mục sư tư vấn khi có cần là điều dễ hiểu. Một số khác có những mối liên hệ tích cực hơn với hàng giáo phẩm, cho rằng hàng giáo phẩm chỉ quan tâm đến những vấn đề mang tính tôn giáo rõ ràng trong khi họ tự đánh giá nan đề của mình lại không mang tính thiêng liêng hay quá trần tục.

Nhưng với cùng liên hệ và mong đợi tương tự này lại khiến đại đa số người đi đến một kết luận trái ngược. Trong một nghiên cứu quan trọng và hiện khá nổi tiếng được thực hiện năm 1957, có 42 phần trăm người Mỹ cho biết khi đối diện với vấn đề cá nhân, mục sư là người đầu tiên họ hỏi ý kiến khi cần giúp đỡ, 29 phần trăm trong nhóm nghiên cứu thích đến với bác sĩ gia đình hơn (Gurin, Verhoff, and Fled 1960). Khi nghiên cứu này được thực hiện lại năm 1976, mục sư vẫn là nhóm người giúp đỡ được ưa thích nhất với 39 phần trăm số người chọn (Verhoff, Kukla, and Dorran 1981). Nhóm chuyên gia được ưa chuộng thứ nhì vào thời điểm này là nhà tâm lý học và tâm thần học, với 29 phần trăm số người chọn. Các bác sĩ không chuyên về tâm thần rớt xuống hạng thứ ba, là lựa chọn đầu tiên của 21 phần trăm số người được hỏi.

Những thống kê này cho thấy cho dù có vẻ như phạm vi ảnh hưởng của hội thánh trong xã hội đang bị thu hẹp, nhưng vẫn có phần trăm đáng kể số người đến với hàng giáo phẩm để được giúp đỡ những vấn đề cá nhân hơn là đến với một chuyên gia giúp đỡ nào khác. Và họ chọn như vậy vì vai trò của hàng giáo phẩm là người đại diện của Hội thánh Cơ Đốc, người đem quan điểm Cơ Đốc lẫn nguồn lực chữa lành Cơ Đốc đặc trưng vào công tác tư vấn.

Bối Cảnh Tư Vấn Mục Vụ

Những liên tưởng mang tính biểu tượng liên quan đến bối cảnh tư vấn mục vụ, tức là hội thánh, có liên quan chặt chẽ tới vai trò một mục sư Hội thánh Cơ Đốc và những mong đợi đối với vai trò này. Hiltner và Colston đã nghiên cứu tiến trình tư vấn trong nhiều bối cảnh khác nhau và khám phá rằng trong khi các yếu tố khác là tương đương thì tư vấn diễn ra nhanh hơn trong bối cảnh hội thánh (Hiltner and Colston 1961). Họ kết luận rằng lý do là vì những biểu tượng và kỳ vọng liên hệ đến hội thánh khiến cho quan điểm của mục sư tư vấn về các vấn đề mang tính giá trị quan trọng ngay lập tức trở nên rõ ràng. Do đó, người được tư vấn không cần nhiều thời gian để biết các giá trị của người tư vấn. Những liên tưởng phổ biến khác liên quan đến hội thánh, chẳng hạn đó là một nơi yên tĩnh hay an toàn hay nơi người ta gặp gỡ Chúa, cũng tạo điều kiện thuận lợi để tư vấn được thực hiện bên trong hội thánh.

Nhưng điều có giá trị hơn nữa là việc hội thánh không chỉ là một tòa nhà, mà là một cộng đồng đức tin. Về mặt lý tưởng, mục sư thực hiện tư vấn bên trong bối cảnh của những mối liên hệ chăm sóc, tin cậy, vững chắc, và không nghề giúp đỡ nào khác có được nguồn tài nguyên cộng đồng có thể sánh kịp. Thật vậy, nếu hội chúng là loại cộng đồng này, thì mục sư có thể kết nối những người đang bị tổn thương với những cá nhân và những nhóm trong hội thánh có thể bày tỏ tình yêu thương và sự nâng đỡ. Mục sư không bao giờ nên cảm thấy họ có trách nhiệm đáp ứng mọi nhu cầu của những người tìm đến mình. Ngược lại, họ nên xem mình trong vai trò của người trung gian—giúp những người đến hỏi ý kiến liên lạc với các nguồn lực đem đến sự chữa lành trong thân thể và sự sống của Đấng Christ. Người ta hiếm khi nhận biết cách đầy đủ tiềm năng chữa lành của loại thông công này. Nhưng khi hội chúng hướng đến mô hình lý tưởng của một cộng đồng những tình bạn thuộc linh, thì mục sư có thể phát triển một nguồn tài nguyên đặc biệt và vô giá.

Điểm đặc biệt cuối cùng của bối cảnh tư vấn mục vụ liên quan đến tính chất liên tục của những cuộc gặp gỡ giữa mục sư và tín hữu. Như đã lưu ý ở phần trước, mục sư tư vấn trong phạm vi mạng lưới của những mối liên hệ mà trong đó người ta biết và thấy nhau trong nhiều tình huống khác nhau. Điều này làm gia tăng lòng tin cậy, và do đó tạo thuận lợi lớn cho tiến trình tư vấn. Điều này cũng có nghĩa là mục sư thường có thể nhận diện nan đề trước khi chúng đi đến các giai đoạn phức tạp hơn và có cơ hội can thiệp sớm. Các nhà tâm lý trị liệu thường gặp khách hàng trễ hơn nhiều. Ngoài ra, họ không ở trong vị trí chủ động đến với người cần được giúp đỡ.

Mục Tiêu của Tư Vấn Mục Vụ

Một hiểu biết rõ ràng về mục tiêu tư vấn là một trong những khía cạnh quan trọng nhất của bất kỳ mối liên hệ tư vấn nào. Không có mục tiêu rõ ràng, tư vấn trở thành hoạt động vu vơ mà phương tiện trở thành cứu cánh. Ngoài ra, mục tiêu tư vấn là đặc điểm mang tính quyết định trong công tác tư vấn hơn bất kỳ khía cạnh nào khác, hơn cả những kỹ thuật tư vấn. Nếu tư vấn mục vụ phải mang tính đặc trưng thì mục tiêu của nó cũng phải rõ ràng và mang tính đặc thù.

Mục tiêu chính của tư vấn mục vụ là tạo thuận lợi cho sự tăng trưởng thuộc linh. Giống như các nhà tư vấn khác, mục sư tìm cách cung cấp bất kỳ sự giúp đỡ nào có thể đối với nan đề được trình bày cho họ. Nhưng giải quyết chúng không phải mục tiêu chính của mục sư. Ngược lại, mục tiêu của họ là giúp người ta hiểu nan đề của họ—và cuộc sống của họ—trong ánh sáng của mối liên hệ với Đức Chúa Trời và sau đó sống trọn vẹn hơn trong ánh sáng của hiểu biết này. Khi làm như vậy, mục sư tư vấn hành động theo hướng làm giảm bớt nan đề vì, như Thánh Irenius nhắc chúng ta, sự vinh hiển của Đức Chúa Trời là những người nam người nữ sống cách trọn vẹn. Nhưng nan đề không bao giờ là trọng điểm. Trọng tâm phải là toàn bộ con người đang sống trước mặt Đức Chúa Trời.

Giả thuyết hành động của mục sư là tăng trưởng tâm linh phải vừa là nền tảng cho mọi sự trọn vẹn của con người, vừa có liên quan đến mọi khía cạnh khác của sự trọn vẹn. Không có khía cạnh nào của cuộc sống không có yếu tố thuộc linh. Vì vậy, không có khía cạnh nào của cuộc sống không phù hợp với tư vấn mục vụ. Cho dù trọng tâm là nỗi đau khổ giữa lúc tang chế, xung đột trong mối quan hệ, những vấn đề liên quan định hướng nghề nghiệp, tranh chiến trong sự cầu nguyện, nghiện ngập, hay lo lắng khi đối diện bệnh tật hoặc sự chết cận kề, thì điều thách thức là giúp người cần được giúp đỡ đem suy nghĩ thần học vào trải nghiệm cuộc sống như một phương cách hỗ trợ tăng trưởng tâm linh.

Cho rằng mối quan tâm chính yếu của mục sư tư vấn là tạo thuận lợi cho sự tăng trưởng tâm linh không có nghĩa là họ chỉ quan tâm, hay ngay cả quan tâm chủ yếu, đến những vấn đề có vẻ thuộc linh. Mọi nan đề đều có yếu tố thuộc linh vì toàn bộ cuộc sống mang tính tôn giáo hoặc tâm linh. Ngoài ra, các mối quan tâm thuộc linh nổi lên rõ nhất trong bối cảnh của những kinh nghiệm sống và tranh chiến thường nhật, và chúng là trọng tâm tự nhiên của bất kỳ mối liên hệ tư vấn nào. Tính đặc trưng của tư vấn mục vụ không nằm ở nan đề được nói đến, mà là ở mục tiêu.

Để có được sự tập trung thuộc linh vào nan đề đang được nói đến đòi hỏi kỹ năng thuần thục của mục sư. Ý nghĩa thuộc linh của một nan đề hay của một trải nghiệm cụ thể trước hết phải được cảm biết rồi sau đó nhẹ nhàng nhận diện. Điều này đòi hỏi mục sư tư vấn phải nhạy bén với Đức Thánh Linh, là nhà tư vấn đích thực. Người làm tư vấn mục vụ phải nhạy bén nhận biết mình lệ thuộc vào Thánh Linh, đồng thời nhận biết sự chữa lành không đến từ việc áp dụng kỹ thuật khéo léo, cũng không phải đến từ chính cuộc sống, nhưng từ Đức Chúa Trời, Đấng hiện diện giữa cuộc sống và là nguồn của mọi sự tăng trưởng và sự thay đổi có tính xây dựng.

Nguồn Lực của Tư Vấn Mục Vụ

Cuối cùng, tư vấn mục vụ có tính độc nhất trong cách sử dụng nguồn lực tôn giáo. Sự cầu nguyện, Kinh thánh, các thánh lễ, xức dầu, đặt tay, và các văn phẩm dưỡng linh hay tôn giáo (tùy thuộc vào truyền thống tôn giáo của người đó) đều là những nguồn lực đầy tiềm năng cho tiến trình tư vấn. Không dùng đến chúng nói lên sự suy yếu rõ rệt trong các khía cạnh mục vụ của công tác tư vấn của người đó.

Tuy nhiên, cần lưu ý rằng đầu tiên và trước hết, các nguồn lực tôn giáo này dành cho chính đời sống của mục sư tư vấn. Chỉ khi chúng được sử dụng cách ý nghĩa trong đời sống cá nhân của mục sư thì chúng mới có thể được dùng cách thích hợp trong tư vấn.

Người tư vấn phải trả giá cao khi cung ứng tư vấn. Tư vấn cho một người đang bối rối, tổn thương, tức giận hay sợ hãi chắc chắn đòi hỏi phải 'gánh' một lượng đáng kể nỗi đau của người đó. Ở một chỗ khác tôi có nói rằng việc 'gánh' nỗi đau khổ và bệnh tật của người cần giúp đỡ phản ánh, dù đây không phải là cách phản ảnh hoàn hảo, về cách Đức Chúa Trời chữa lành chúng ta trong tình trạng tội lỗi (Benner 1983). Mặc dù hành động của người tư vấn mục vụ không mang lại hiệu quả cứu rỗi cuối cùng như trong việc Chúa Giê-xu 'gánh' tội lỗi của chúng ta, nhưng những hành động đó tượng trưng cho một thành phần thiết yếu trong tiến trình chữa lành.

Tổn thất cá nhân trong tư vấn cũng nhắc chúng ta vì sao người tư vấn cần phải trải nghiệm sự đổi mới liên tục qua Kinh thánh, sự cầu nguyện và các thánh lễ. Chỉ khi những cục pin thuộc linh của chính người đó được sạc liên tục thì người đó mới hy vọng có điều gì đó cho người khác. Và chỉ trong chính hành trình cá nhân của mình với Chúa, người đó mới có thể tìm được sức mạnh để không chỉ gánh gánh nặng của chính mình, mà còn của người khác nữa.

Khi những nguồn lực tôn giáo này được sử dụng trong tư vấn, điều cốt yếu là phải dùng cách thận trọng và nhạy bén. Cụ thể, điều quan trọng là mục sư phải hiểu người cần được giúp đỡ trải nghiệm những nguồn tài nguyên này ra sao. Đối với một số người, cầu nguyện, đọc Kinh thánh và các nguồn tài nguyên tôn giáo khác có thể chứa đựng cảm xúc tiêu cực và nặng nề. Những tài nguyên này cũng có thể dễ dàng được dùng theo cách làm khơi gợi tội lỗi không thích đáng hay sự khó chịu không cần thiết hoặc ngăn cản đối thoại sáng tạo.

Ví dụ: một người đến gặp mục sư mong được trò chuyện có thể từng trải cầu nguyện là cách né tránh để khỏi phải trực tiếp đối diện vấn đề. Tương tự, đọc Kinh thánh có thể được xem là cách để trốn đằng sau thẩm quyền thiên thượng. Cách diễn đạt và sách lược tôn giáo cung cấp cho mục sư phương tiện dễ dàng có sẵn để thoát khỏi những đòi hỏi của cuộc đối thoại nghiêm trọng, và việc thu mình trong cương vị của người có thẩm quyền tôn giáo có thể là nỗ lực duy trì quyền kiểm soát trong tình huống không thuận lợi hay mang tính đe dọa (Hulme 1981). Đối thoại chân thành đòi hỏi phải từ bỏ quyền kiểm soát và sự mạo hiểm vì không biết trước kết quả. Nhưng đối thoại chân thành cho phép chúng ta sẵn sàng bước ra khỏi vỏ bọc của mình để gặp gỡ người khác. Và nếu người khác đó là mục sư tư vấn có mối liên hệ với Đấng Thánh Khác, thì cuộc gặp có tiềm năng đem đến sự thay đổi đích thực.

Vì vậy, điều quan trọng là mục sư phải biết lý do một nguồn lực tôn giáo cụ thể được dùng trong một tình huống cụ thể. Có phải đó là cách né tránh nói về một đề tài khó chịu không? Hay có lẽ đó là cách đưa ra sự cam đoan vội vàng, thậm chí có thể là cách làm giảm bớt lo lắng hay đau buồn của chính mình chăng? Để trả lời những câu hỏi như thế, mục sư phải biết rõ chính mình và có khả năng suy nghĩ về hành vi của họ cách khách quan và thành thật. Nếu không tra xét bản thân, tư vấn mục vụ sẽ chỉ là sự trao đổi những lời nói sáo rỗng mang tính nghi thức.

Việc sử dụng hợp lý các nguồn lực tôn giáo trong tư vấn chỉ xảy ra khi khi mục sư nhận biết nan đề của tín hữu cũng như lai lịch tôn giáo và thái độ hiện tại của người đó đối với niềm tin tôn giáo. Điều này có nghĩa sự lượng giá là cần thiết. Hơn nữa, trước khi sử dụng những tài nguyên này, mục sư nên xem xét ý nghĩa và giá trị của chúng. Điều này biểu lộ sự tôn trọng cảm xúc và niềm tin của tín hữu và thường sẽ khai thông cuộc thảo luận hữu ích về những mâu thuẫn và trở ngại về mặt tâm linh. Và dĩ nhiên, ngay cả nếu tín hữu không thích cầu nguyện hay đọc Kinh thánh trong buổi tư vấn, điều này không hề hạn chế sự cầu thay cho người đó vào những thời điểm khác.

Clinebell lưu ý rằng nguồn lực tôn giáo phải luôn được sử dụng sao cho giúp người tín hữu mạnh mẽ hơn, chứ không bao giờ khiến họ cảm thấy suy giảm năng lực, sức mạnh hay ý thức trách nhiệm (Clinebell 1984, 123). Đây là điều đặc biệt quan trọng đối với những người có khuynh hướng lệ thuộc và người dễ dàng tin tưởng vào "sự thần kỳ" trong lời cầu nguyện của mục sư hay việc đọc Kinh thánh hơn là học cách dùng những tài nguyên như thế. Với những người như vậy, thường giải pháp thích hợp hơn là mục sư mời họ cầu nguyện hay chỉ đơn thuần cầu nguyện thêm cho họ.

Clinebell cũng gợi ý rằng mục sư nên dùng những nguồn lực này để "tạo thuận lợi hơn là ngăn trở việc thú nhận và giải tỏa cảm xúc tiêu cực" (123). Ví dụ: điều này có thể được thực hiện qua việc khuyến khích suy ngẫm những phân đoạn Kinh thánh như Thi Thiên 6:6 ("Tôi kiệt sức vì than thở" [BDM]), Thi Thiên 13:1–2 ("Ngài mãi quên con cho đến chừng nào?... Hằng ngày con phải buồn thảm trong lòng cho đến bao giờ?" [BTTHĐ]), Thi Thiên 31:10 ("Mạng sống tôi tiêu hao vì cớ buồn bực"), Thi Thiên 63:9–10 ("Những kẻ nào tìm hại mạng sống tôi, sẽ sa xuống nơi thấp của đất. Chúng nó sẽ bị phó cho quyền thanh gươm, bị làm mồi cho chó cáo"), Thi Thiên 73:13–14 ("Con đã giữ lòng con tinh sạch là vô ích...Vì hằng ngày con phải chịu gian nan"), Thi Thiên 109:8, 10,14 ("Nguyện số các ngày nó ra ít, Nguyện con cái nó phải mồ côi, Nguyện sự gian ác tổ phụ nó bị nhắc lại trước mặt Đức Giê-hô-va; Nguyện tội lỗi mẹ nó không hề bôi bỏ được"). Những câu này và nhiều câu Kinh thánh khác nói rõ rằng Đức Chúa Trời không xa lạ gì với cách biểu hiện cảm xúc mạnh mẽ và chân thực của dân sự Ngài và rằng Ngài mời họ đến với Ngài đang khi họ bối rối, nghi ngờ, giận dữ, thất vọng và đau buồn.

Bản chất của những nguồn lực tôn giáo này là sự gặp gỡ sống động mà chúng đem đến giữa Đức Chúa Trời và người tìm kiếm sự giúp đỡ mục vụ. Do đó, không bao giờ được dùng chúng cách máy móc, mang tính nghi thức hay phép thuật. Còn khi được sử dụng cách nhạy bén, chúng có thể đặc biệt giúp người ta cảm nhận sự quan tâm, chữa lành và duy trì của sự hiện diện của Đức Chúa Trời cách cá nhân. Nếu chúng làm gia tăng sự gặp gỡ cá nhân với Đức Chúa Trời thì đó là sự đóng góp không thể thiếu vào tiến trình tư vấn. Còn nếu chúng không đem lại hiệu quả như vậy thì chúng đã bị sử dụng sai.

Định Nghĩa Tư vấn Mục Vụ

Sau khi đã điểm qua nét đặc trưng của tư vấn mục vụ, đã đến lúc chúng ta tìm ra một định nghĩa chính thức hơn. *Tư vấn mục vụ bao gồm việc thiết lập một mối liên hệ có thời hạn, được tổ chức nhằm đem lại sự an ủi cho người đau khổ bằng cách làm gia tăng nhận thức của họ về ân điển và sự hiện diện thành tín của Đức Chúa Trời, rồi từ đó tăng thêm khả năng sống đời sống trọn vẹn hơn trong ánh sáng của những nhận thức này.*

Bản chất của tư vấn mục vụ là giúp người đau khổ đem những tổn thương, tranh chiến, nghi ngờ và lo lắng của họ vào cuộc gặp gỡ chữa lành sống động với Đức Chúa Trời, Đấng Yên Ủi tuyệt vời của dân sự Ngài. Đây là điều quan trọng nhất mục sư có thể làm. Bất kỳ điều gì tạo thuận lợi cho sự gặp gỡ sống động, trực tiếp này với Đức Chúa Trời phải được hoan nghênh như một phần hợp pháp của tiến trình tư vấn, còn bất kỳ điều gì ngăn cản thì phải tránh xa. Sự giúp đỡ của mục sư không liên quan chủ yếu đến khả năng đưa ra những công thức phức tạp về bản chất của nan đề hoặc liên quan đến việc thực hành khéo léo những kỹ thuật và can thiệp trong tư vấn. Thay vào đó, sự giúp đỡ này chủ yếu là kết quả của khả năng làm trung gian giữa sự hiện diện của Đức Chúa Trời với người mà mục sư tư vấn. Qua lời nói và sự có mặt của họ, họ phải đem người khác đến mối liên hệ gần gũi hơn với Đức Chúa Trời là Đấng chữa lành, nâng đỡ, hướng dẫn, giải hòa, và nuôi nấng dân sự Ngài.

Mối liên hệ đặc biệt được gọi là tư vấn mục vụ là mối liên hệ có thời hạn. Đó không phải là mối liên hệ chăm sóc mục vụ đang tiếp diễn giữa một mục sư với tất cả các tín hữu. Ngược lại, mối liên hệ được hình thành để đáp ứng yêu cầu cần được giúp đỡ, được tổ chức sao cho dễ dàng thực hiện mục đích của nó và kết thúc khi các mục đích được hoàn tất. Những trách nhiệm chăm sóc mục vụ khác thường không kết thúc trừ khi người tín hữu qua đời hay rời khỏi hội thánh hoặc cộng đồng. Tư vấn mục vụ, về mặt bản chất của nó, là một mối liên hệ riêng biệt và đặc trưng. Giống như sự chăm sóc trong phòng cấp cứu, đó là hình thức chữa trị tập trung phải được thay thế bằng sự chăm sóc đều đặn và liên tục hơn càng sớm càng tốt, mà trong trường hợp này là chăm sóc mục vụ.

Tư vấn mục vụ có liên quan đến các hình thức tư vấn khác trong cách sử dụng mối liên hệ có kế hoạch để cải thiện tình trạng đau buồn và tạo điều kiện tăng trưởng. Mục sư tư vấn tìm cách giúp đỡ những người có nan đề và những người đến tham cầu ý kiến của họ. Như vậy, họ cũng giống những người tư vấn khác. Tuy nhiên, cách họ giúp đỡ là đặc biệt. Họ giúp bằng cách trình bày những giá trị và hiểu biết Cơ Đốc và giúp tín hữu tiếp xúc với nguồn trợ giúp và chữa lành hiện hữu bên ngoài bản thân người tư vấn. Về mặt này, người tư vấn mục vụ luôn nhìn Đức Chúa Trời như một cộng sự trong tiến trình tư vấn, và sự hợp tác này phải làm giảm đáng kể những áp lực đi kèm với việc mang gánh nặng của người gặp đau khổ.

Việc kết hợp huấn luyện, vai trò, bối cảnh, mục tiêu và nguồn tài nguyên của tư vấn mục vụ đem đến cho người làm công tác tư vấn mục vụ nhiều thuận lợi hơn so với các chuyên gia tư vấn khác. Bảng 2 tóm tắt một số những thuận lợi này.

Bảng 2: Những Thuận Lợi của Mục Sư Tư Vấn

Khả năng đem suy nghĩ thần học tác động lên những trải nghiệm sống.

Quan điểm toàn diện đi kèm với trọng tâm thuộc linh

Có sẵn nguồn lực tôn giáo và hội chúng

Dễ dàng tạo lòng tin bởi các giá trị và quan điểm của một mục sư

Khả năng liên hệ theo những cách không bị giới hạn trong vai trò tư vấn

Khả năng phục vụ cho dù tín hữu có trả phí hay không.[1]

---

1. Mặc dù hình thức tư vấn miễn phí do mục sư của giáo khu thực hiện nhìn chung là một thuận lợi, nhưng việc không tính phí đôi khi làm giảm đi cam kết của tín hữu đối với tiến trình tư vấn. Danco (1982) và Benner (1999) có đưa ra phần trình bày hữu ích về những vấn đề chữa trị phức tạp liên quan đến phí tổn trong tư vấn. Phần trình bày của Campbell (1985) về nghề tư vấn mục vụ cũng đáng lưu ý.

Trường Hợp Tư Vấn Mục Vụ Ngắn Hạn

Khi ấn bản đầu tiên của quyển sách này được xuất bản năm 1992, chỉ có một khuôn mẫu tư vấn mục vụ ngắn hạn khác (Childs 1990). Giống tư vấn nói chung, tư vấn mục vụ về cơ bản là một công việc dài hạn. Tư vấn ngắn gọn được cho là hời hợt, người ta suy đoán là vì nó không nhận biết căn nguyên của nan đề mà chỉ chữa trị triệu chứng. Do đó, người ta cho rằng ngoài việc nâng đỡ những người đang trải qua khủng hoảng, thì các phương pháp tư vấn ngắn hạn không giúp ích gì nhiều. Người ta cũng thường cho rằng bất kỳ những thay đổi khiêm tốn nhất liên quan đến tư vấn ngắn hạn đều không lâu dài.

Với những thành kiến như vậy, không có gì ngạc nhiên khi hầu hết mọi người xem tư vấn ngắn hạn thua kém tư vấn dài hạn. Cũng chẳng có gì ngạc nhiên khi người làm tư vấn mục vụ—vì không muốn bị xem là thấp kém và hời hợt—đã hướng đến các phương pháp tư vấn dài hạn.

Điều này bắt đầu thay đổi với sự nổi lên của công tác quản lý chăm sóc sức khỏe. Các nhà tư vấn và tâm lý trị liệu đột nhiên đối mặt với áp lực phải rút ngắn thời lượng tư vấn. Dù kháng cự những thay đổi như thế, nhưng các nhà tư vấn ngạc nhiên khi khám phá tư vấn ngắn hạn thường đem lại hiệu quả. Thật vậy, các nhà tư vấn nhanh chóng phát hiện ra rằng thay vì chỉ là một sự thay thế tồi tệ cho tư vấn dài hạn, thì tư vấn ngắn hạn thường mang lại hiệu quả tương đương. Nghiên cứu qua nhiều thập kỷ đã đưa ra nhiều xác nhận về phát hiện ban đầu này (Lambert và Bergin 1994).

Thậm chí những lý lẽ ủng hộ tư vấn ngắn hạn còn mạnh mẽ hơn. Đối với những mục sư tư vấn của giáo khu, thì thời gian sẵn có, sự đa dạng trong vai trò, kiến thức đặc thù về tâm lý thường là những lý do mạnh mẽ để mục sư chọn phương pháp tư vấn ngắn hạn.

Tôi chưa từng biết một mục sư nào có thời gian gặp từng người cần tư vấn trong hội thánh của mình. Ngay cả những mục sư chuyên trách mục vụ chăm sóc và tư vấn cũng thấy mình không có đủ thời gian. Sức ép của những trách nhiệm khác khiến mục sư chỉ có thể gặp những người đang vô cùng khủng hoảng. Đây là điều đáng tiếc vì nó phá hủy thuận lợi mục vụ mang tính đặc trưng của việc can thiệp sớm có thể có và tư vấn theo hướng ngăn ngừa. Tuy nhiên, như bất kỳ mục sư nào cũng biết, những đòi hỏi của chức vụ là một áp lực thường xuyên, làm hạn chế thời gian dành cho tư vấn. Rõ ràng, phương pháp tư vấn ngắn hoàn toàn thích hợp với thời gian sẵn có.

Một đặc điểm thứ hai của tình huống mục vụ khuyến khích phương pháp tư vấn ngắn hạn là tính đa dạng trong vai trò của mục sư của giáo khu. Chúng ta đã thấy rằng việc mục sư tư vấn thường liên hệ với những người họ tư vấn trong các vai trò khác là một thuận lợi. Nhiều tín hữu thích gặp mục sư của họ hơn khi cần tư vấn chính xác là vì mục sư đã ở trong mạng lưới các mối liên hệ của họ.

Nhưng cũng có những khó khăn có thể có gắn liền với việc thay đổi những nhiệm vụ, đặc biệt là khi mục sư gặp những người họ tư vấn trong các bối cảnh và vai trò khác. Cả hai có thể cảm thấy không thoải mái khi chạm mặt nhau tại bữa ăn tối của hội thánh sau buổi tư vấn đặc biệt khó khăn. Hay người cần tư vấn có thể không biết chắc cách đáp lại một lời chào xã giao và thắc mắc anh ta phải làm sao khi gặp mục sư ở cửa sau bài giảng. Loại bỏ những khó khăn này là lý do các nhà liệu pháp tâm lý cố gắng hạn chế mọi cuộc tiếp xúc ngoài việc trị liệu và thường từ chối tư vấn những người họ có sự liên hệ hay gắn bó nào khác. Mục sư tư vấn rõ ràng không thể làm như vậy. Nhưng có một cách họ có thể giảm thiểu những xung đột về vai trò thường gặp là giữ các mối liên hệ tư vấn chỉ trong thời gian ngắn.

Cuối cùng, như đã lưu ý ở phần trước, việc huấn luyện về tâm lý cho hầu hết các mục sư có những hàm ý quan trọng đối với dạng tư vấn họ phải thực hiện. Một số kiểu tư vấn mục vụ đòi hỏi kiến thức ở mức độ nâng cao về học thuyết về cá tính và liệu pháp tâm lý và không ích lợi nhiều cho những mục sư chỉ học một hay hai khóa về tâm lý mục vụ hay tư vấn mục vụ.[2] Đa số các mục sư hoàn toàn không có kiến thức cần thiết cho liệu pháp tâm lý chuyên sâu hay để chữa trị hoàn toàn cho người bị rối loạn tâm lý nặng.

---

2. Tác phẩm của Childs (1990) là một ví dụ hay về khuôn mẫu như thế. Đó là một mô phỏng của phân tâm học và liệu pháp tâm lý, đòi hỏi một mức độ kỹ năng điều trị và thông thạo về lý thuyết, mà thường chỉ gắn liền với sự huấn luyện nâng cao về tư vấn mục vụ hay khóa học mục vụ điều trị.

Do đó, giống như các chuyên gia tư vấn khác, mục sư phải nhận biết rõ ràng những hạn chế về khả năng của mình và sẵn sàng cũng như vui lòng chuyển giao một khi đạt đến những giới hạn này. Không nên xem tư vấn mục vụ như một sự thay thế cho liệu pháp tâm lý hay liệu pháp y học khác. Nhưng đồng thời, nhiều điều có thể được thực hiện bên trong những giới hạn của tư vấn mục vụ. Ngay cả khi cần đến các liệu pháp khác, thì tư vấn mục vụ cũng vẫn là một sự bổ sung đặc biệt và có giá trị đối với sự chăm sóc toàn diện. Tóm lại, không có ai không thích hợp với tư vấn mục vụ. Nếu tư vấn mục vụ chỉ dành cho một số người thì tự nó là sự thiếu sót.

Dựa trên những lý do này, dường như tư vấn mục vụ được xem cách đúng đắn nhất là tư vấn ngắn hạn. Liệu pháp chuyên sâu, dài hạn không hữu ích đối với thời gian có hạn của hầu hết mục sư, mà đa số mục sư cũng không có được sự huấn luyện cần thiết cho loại liệu pháp này. Tư vấn ngắn hạn cũng cho phép mục sư tránh được những phản ứng chuyển giao mạnh mẽ nhất có thể đi kèm các mối liên hệ tư vấn dài hạn. Cuối cùng, tư vấn ngắn hạn thích hợp hơn đối với những mục sư có nhiều trách nhiệm trong mục vụ chăn bầy.

Người ta đưa ra nhiều phương pháp tư vấn mục vụ ngắn hạn kể từ ấn bản đầu tiên của quyển sách này. Stone, người đã triển khai một phương pháp như thế (Stone 1994) và là người biên tập bài tổng quan xuất sắc về mười phương pháp khác (Stone 2001) mới đây đã nhận thấy rằng đặc điểm chung quan trọng nhất mà các phương pháp khác nhau này đều có là mong ước *"giúp người đó tiến tới theo hướng tích cực do chính họ chọn lựa, rồi tự thoát ra khỏi"* (Stone 1999, 43). Tất cả đều đòi hỏi mục sư phải từ bỏ những mục tiêu phi thực tế—chẳng hạn thay đổi cá tính hay giải quyết mọi nan đề của tín hữu—và phải hiểu giá trị của những thay đổi nhỏ sẽ phá vỡ tính ì và bắt đầu chuyển biến theo hướng tích cực. Và tất cả đều tập chú cao độ vào bất kỳ điều nào được xem là mục tiêu chính của tiến trình và được lên kế hoạch để đảm bảo rằng các buổi tiếp theo vững vàng hướng đến mục tiêu này. Tư vấn mục vụ có chiến lược nhằm thực hiện chính xác những việc này, còn bây giờ chúng ta quay sang những phương cách tư vấn mục vụ có chiến lược thực hiện những điều này.

Tài Liệu Đọc Thêm

Browning, D. 1976. *The Moral Context of Pastoral Care.* Philadelphia: Wesminster. Định nghĩa chăm sóc mục vụ là một *"phương pháp thăm dò đạo đức"*, cách nghiên cứu kinh điển này về vai trò của những cân nhắc về đạo đức trong chăm sóc mục vụ và tư vấn mục vụ rất đáng được tiếp tục ủng hộ.

Campbell, A. 1985. *Professionalism and Pastoral Cure.* Philadelphia: Fortress. Một nghiên cứu đáng suy nghĩ về những hạn chế và nguy hiểm của trình độ chuyên nghiệp trong mục vụ.

Clebsch, W., and C. Jaekle. 1964. *Pastoral Care in Historical Perspective.* Englewood Cliffs, N.J.: Prentice-Hall. Một khái quát xuất sắc về lịch sử chăm sóc mục vụ đặc biệt hữu ích trong việc hiểu vai trò của người làm công tác tư vấn mục vụ.

Clinebell, H. 1984. *Basic Types of Pastoral Care and Counseling*. Nashville: Abingdon. Một khái quát hay về mọi khía cạnh của tư vấn mục vụ, trình bày cách rõ ràng tính độc nhất vô nhị của nó.

Doehring, C. 1995. *Taking Care: Monitoring Power Dynamics and Relational Boundaries in Pastoral Care and Counseling*. Nashville: Abingdon. Quyển sách cung cấp bài viết hữu ích về những năng lực sống động trong tư vấn và chăm sóc mục vụ hữu ích cho bất kỳ người nào làm công tác tư vấn mục vụ, thiết yếu cho những ai không rõ vấn đề là gì.

Hulme, W. 1981. *Pastoral Care and Counseling*. Minneapolis: Augsburg. Trình bày một bài viết hay về các nguồn lực Cơ Đốc đặc trưng có sẵn cho mục sư tư vấn.

Oates, W. 1962. *Protestant Pastoral Counseling*. Philadelphia: Westminster. Một tổng quan hay về mọi khía cạnh của tư vấn mục vụ, gồm có bài nghiên cứu đặc biệt hữu ích về vai trò và mục tiêu của mục sư tư vấn.

Stone, H., ed. 2001. *Strategies for Brief Pastoral Counseling*. Minneapolis: Fortress. Một khái quát xuất sắc về mười một phương pháp tư vấn mục vụ ngắn hạn hiện đại, tất cả đều nhấn mạnh rõ rệt về mục vụ và giáo khu.

Wimberly, D. 1990. *Prayer in Pastoral Counseling*. Louisville: Westminster/John Knox. Một bài viết xuất sắc về những cách sử dụng sự cầu nguyện trong tư vấn, không đơn thuần là một kỹ thuật mà chính là trọng tâm của tiến trình.

Chương 3

Khuôn Mẫu Tư Vấn Mục Vụ Có Chiến Lược

Tư vấn mục vụ có chiến lược là phương pháp tư vấn ngắn, có kế hoạch, mang tính Cơ Đốc rõ ràng và áp dụng những hiểu biết sâu sắc của lý thuyết tư vấn đương đại mà không đánh mất các nguồn lực của mục vụ chăn bầy. Chữ *chiến lược* nhấn mạnh một thực tế là phương pháp tư vấn này có mục tiêu rõ ràng và có giới hạn thời gian. Từ *mục vụ* cho biết việc tư vấn được thực hiện bởi người đại diện của hội thánh Cơ Đốc, người chịu trách nhiệm trước hội thánh. Từ *tư vấn* nghĩa là sự giúp đỡ được sắp xếp xoay quanh những vấn đề mà người tìm kiếm sự giúp đỡ của mục sư đang gặp phải.

Khuôn mẫu này có bảy đặc điểm vô cùng quan trọng. Tư vấn mục vụ có chiến lược phải ngắn và có giới hạn thời gian, mang tính toàn diện, có kế hoạch, có bài tập được ấn định giữa các buổi tư vấn, dựa trên nền tảng hội thánh, tập trung vào vấn đề thuộc linh và mang tính Cơ Đốc rõ ràng. Bảy đặc điểm này được tóm tắt ở bảng 3 và sẽ được trình bày theo thứ tự.

Bảng 3: Đặc Điểm của Tư Vấn Mục Vụ có Chiến Lược

Ngắn và có giới hạn về thời gian

Toàn diện

Có kế hoạch

Có bài tập về nhà

Dựa trên nền tảng hội thánh

Tập trung vào vấn đề thuộc linh

Mang tính Cơ Đốc rõ ràng

Tư Vấn Ngắn và có Giới Hạn Thời Gian

Công tác tư vấn có thể ngắn (tức là được thực hiện trong một vài buổi), hoặc giới hạn về thời gian (tức là được thực hiện trong một số buổi được định sẵn từ ban đầu), hoặc cả hai. Tư vấn mục vụ có chiến lược vừa ngắn vừa có giới hạn thời gian, được thực hiện tối đa trong năm buổi gặp gỡ.

Tư vấn có giới hạn thời gian kết hợp chặt chẽ với tất cả các lợi thế của tư vấn ngắn, vừa thêm vào một số lợi điểm của riêng nó. Ở đây, cả người tư vấn lẫn khách hàng đều biết ngay từ đầu về tổng số buổi tư vấn. Đồng hồ được điểm ngay từ buổi tiếp xúc đầu tiên, cả mục sư lẫn người tín hữu buộc phải làm việc liên tục để duy trì mục tiêu và định hướng. Các khuôn mẫu tư vấn đương đại có giới hạn thời gian thường sắp xếp tổng số buổi gặp vào khoảng từ 10 đến 15 buổi. Tuy nhiên, như vậy là nhiều hơn mức cần thiết so với khối lượng tư vấn của các mục sư. Nghiên cứu cơ bản được thực hiện nhằm chuẩn bị cho lần xuất bản đầu tiên của quyển sách này cho thấy 87% tư vấn mục vụ của các mục sư nhìn chung được thực hiện trong vòng năm buổi hoặc ít hơn. Do đó, số buổi gặp đưa ra cho tư vấn mục vụ có chiến lược là năm buổi.

Tất cả những phương pháp tư vấn ngắn và có thời hạn đều có 4 nguyên tắc chung, được giới thiệu ở bảng 4. Đây cũng là những nguyên tắc mang tính riêng biệt của tư vấn mục vụ có chiến lược.

Bảng 4: Nguyên tắc của Tư vấn Ngắn và có Thời hạn:

Người tư vấn phải chủ động và điều hướng

Mối quan hệ tư vấn phải là sự cộng tác

Tư vấn phải tập trung vào một nan đề chính và rõ ràng

Phải duy trì giới hạn thời gian

Mục Sư Tư Vấn Chiến Lược Phải Chủ Động và Điều Hướng

Tư vấn mục vụ có chiến lược đòi hỏi mục sư tư vấn phải chủ động và điều hướng. Dù phương pháp tư vấn nhằm giúp thân chủ có sự chủ động của Carl Roger (1961) đã có những đóng góp quan trọng cho tư vấn mục vụ khi nhấn mạnh tầm quan trọng và nhu cầu của việc lắng nghe nhưng tư thế hơi có phần thụ động liên quan đến truyền thống này không hữu ích đối với mục sư tư vấn chiến lược cho lắm. Người tư vấn sử dụng phương pháp chiến lược và có thời hạn có trách nhiệm điều hướng cả nội dung lẫn tiến trình của buổi tư vấn. Tiêu biểu là trong suốt buổi tư vấn, mục sư tư vấn mục vụ có chiến lược cũng có nhiều điều để nói như người tín hữu. Trái lại, trong tư vấn dài hạn, thường thì người tư vấn nói ít hơn người được tư vấn. Không nắm được tư thế chủ động điều hướng này là bỏ qua yếu tố đầu tiên và cơ bản nhất của tư vấn mục vụ có chiến lược.

Như chúng ta sẽ thấy, tình thế chủ động hơn này không hề gây bất lợi cho việc cẩn thận lắng nghe. Điều khiến cho tư vấn mục vụ có chiến lược hoàn toàn khác với giảng luận chính là việc tư vấn đòi hỏi một cuộc đối thoại chứ không phải độc thoại. Một cuộc đối thoại đúng nghĩa luôn cần sự lắng nghe cẩn thận và chăm chú, cũng là nền tảng trong các cuộc đối thoại mang tính liệu pháp. Lắng nghe chăm chú và thấu cảm hoàn toàn thích hợp với kiểu tư vấn chủ động vốn là đặc điểm của tư vấn mục vụ có chiến lược.

Hãy nghe lén một phần của buổi tư vấn thứ nhì để nắm được ý nghĩa của loại lắng nghe chủ động và điều hướng này. Rudy nói với mục sư về khủng hoảng niềm tin, là nan đề chính mà cả hai người đồng ý sẽ tập trung vào. Tuy nhiên, mối tương giao giữa anh với Chúa và với người khác vẫn cứ quấn vào nhau. Đây là điều Rudy đang nói đến trong buổi tư vấn này.

> *Rudy*: Tôi thấy mình thích câu hỏi hơn là câu trả lời. Tôi thấy bực mình vì mỗi khi tôi trình bày những thắc mắc của mình, thì hầu hết mọi người trong nhà thờ chỉ đưa ra những câu nói yêu thương sáo rỗng như những câu trả lời có thể có. Dường như chẳng ai thực sự quan tâm đến việc

nghe những trải nghiệm, những nghi ngờ, và hành trình của tôi. Hình như hội thánh bị đe dọa bởi những câu hỏi hay và việc đó khiến tôi thấy buồn chán. Ý tôi là, hội thánh có phải là nơi dành cho những người đang tìm kiếm, hay đó chỉ là chỗ của những người đã tìm thấy? Nếu hội thánh là chỗ của những người đã tìm được thì tôi chẳng muốn can hệ gì đến hội thánh.

Mục sư: Tôi biết anh thất vọng vì những người anh gặp trong hội thánh và tôi nghĩ quan điểm của chúng ta khá giống nhau về việc hội thánh nên là một nơi như thế nào. Nhưng tôi muốn giúp anh tập trung vào điều anh đã nói anh muốn cùng tôi khám phá. Hãy cho tôi biết thêm về những thắc mắc quan trọng nhất đối với anh hiện giờ.

Bình luận: Bà Mục sư thể hiện khá rõ rằng bà đang lắng nghe cảm giác của Rudy. Nhưng trong lần gặp trước họ đã đồng ý với nhau rằng trọng tâm là những nghi ngờ và tranh chiến về thần học của Rudy chứ không phải từng trải của anh trong hội thánh. Tất nhiên, cả hai vấn đề có liên quan với nhau nhưng để duy trì trọng tâm đã thỏa thuận từ trước, bà mục sư phải là người dẫn dắt chứ không chỉ là đồng cảm.

Mối Quan hệ Tư Vấn Mục Vụ có Chiến Lược Phải Là Một Sự Hợp Tác

Để hoàn thành các mục tiêu trong một khoảng thời gian ngắn, tư vấn mục vụ có chiến lược phải được xây dựng trên sự hợp tác của mục sư và người tín hữu. Hai người phải cùng làm việc với nhau và cùng chung một hướng đi.

Sự cộng tác bắt đầu ngay từ những giây phút đầu tiên của buổi tư vấn thứ nhất khi mục sư gặp tín đồ; không phải như một chuyên gia sẽ giải quyết những nan đề của tín đồ, mà đúng hơn, mục sư là người sẽ đi bên cạnh và cùng với tín hữu hướng đến những hiểu biết mới mẻ và những cách sử dụng mới các nguồn lực để giải quyết những nan đề trong cuộc sống. Sự hợp tác này bao gồm việc cả hai cùng đồng ý về bản chất của nan đề chính, sẽ là trọng tâm chính của các buổi tư vấn, cũng như đồng ý về các mục tiêu để thay đổi. Trong tiến trình này, cả hai bên tham gia đều là những những người tham gia tích cực. Tư vấn mục vụ có chiến lược là kết quả hợp tác giữa mục sư và người tín hữu—hay nói đúng hơn—giữa mục sư, tín hữu và Đức Chúa Trời.

Trong sự hợp tác này, mỗi bên đều có vai trò quan trọng. Vai trò của người tín hữu là khám phá nan đề của mình từ nhiều lợi thế khác nhau, được mục sư gợi ý với thái độ cởi mở và chân thật nhất có thể, là có thái độ cởi mở và chấp nhận những cảm xúc gặp phải khi khám phá nan đề. Vai trò của mục sư là lắng nghe, tập trung và định hướng tiến trình trong lúc chú ý vào tín hữu lẫn Đức Thánh Linh. Vai trò của Thánh Linh là dẫn dắt tiến trình và cả hai cá nhân sao cho người tín hữu gắn bó sâu sắc hơn với Đức Chúa Trời và hưởng đời sống sung mãn đầy dẫy Đức Thánh Linh giữa những hoàn cảnh sống hiện tại.

Tư Vấn Mục Vụ có Chiến Lược Phải Tập Trung vào Một Nan Đề Trọng Tâm Rõ Ràng

Điểm khác biệt quan trọng nhất giữa tư vấn ngắn hạn và tư vấn dài hạn là tư vấn ngắn hạn chủ yếu chỉ giải quyết một nan đề mà thôi. Về mặt này, có thể ví công tác tư vấn ngắn và có thời hạn với việc đem xe bạn đến ga-ra để thay nhớt, hoàn toàn khác với việc để xe lại đó và nói với thợ máy rằng, "Hãy kiểm tra và sửa chữa những chỗ hư hỏng."

Tư vấn mục vụ có chiến lược chỉ tập trung vào một khía cạnh trong đời sống. Về điểm này, nó hoàn toàn khác với mối quan hệ lâu dài hơn của công tác hướng dẫn thuộc linh mà trong đó mục tiêu là phát triển sự trưởng thành thuộc linh. Tư vấn mục vụ có chiến lược có một mục tiêu khiêm tốn hơn nhiều—khảo sát một nan đề hoặc một kinh nghiệm sống, đặc biệt trong ánh sáng của ý muốn Đức Chúa Trời cho người đang tìm kiếm sự giúp đỡ và cố gắng tạo điều kiện thuận lợi để người ấy được tăng trưởng và chữa lành trong và qua những hoàn cảnh sống hiện tại. Dù đây vẫn là một mục tiêu mang tính tham vọng nhưng bản chất tập trung của nó khiến mục tiêu hoàn toàn có thể đạt được trong một thời gian ngắn.

Nhận diện nan đề nào sẽ là trọng tâm cho việc tư vấn phải là mối quan tâm chính của người tìm kiếm sự giúp đỡ. Đây không phải là việc của mục sư. Đúng hơn, đây là phần hợp tác của cả mục sư lẫn người tín hữu. Tuy nhiên, công việc của mục sư là đảm bảo rằng mối quan tâm chính đã được xác định và được trình bày với cách thức tương đối rõ ràng.

Ví dụ, một người đến xin tư vấn có thể tâm sự trong buổi đầu tiên về sự bất mãn trong hôn nhân, về nỗi đau vì một người bạn đã qua đời và về sự bấp bênh trong công việc. Trong những vấn đề ấy, vấn đề nào là trọng tâm? Chỉ có người đến xin tư vấn mới có câu trả lời và câu trả lời chỉ có thể có được sau khi vấn đề được thảo luận với người đó. Mục sư có thể cho ý kiến đâu là mối quan tâm chính và trọng tâm tốt nhất trong các buổi tư vấn là gì. Tuy nhiên, cuối cùng mục tiêu ấy phải do cả hai bên đồng ý.

Công việc của mục sư trong lúc này là cố gắng làm sáng tỏ mối quan tâm chính yếu này. Rudy—người muốn được giúp đỡ về vấn đề anh gọi là "khủng hoảng niềm tin"—đã bắt đầu buổi tư vấn đầu tiên bằng cách đưa ra những lý do biện minh cho việc anh không đi nhà thờ thường xuyên, bằng cách kể về quyển sách anh đang đọc gần đây và càu nhàu về việc vợ anh xét đoán những quan điểm thần học ngày càng tự do của anh. Sau khi lắng nghe một lúc, bà Mục sư tiếp tục:

Mục sư: Dường như cảm giác của anh về hội thánh, hay cụ thể hơn về những tư tưởng và niềm tin của anh về Đức Chúa Trời có thể là cốt lõi của vấn đề anh muốn nói với tôi. Tôi nói vậy có đúng không?

Rudy: Thật ra, tôi nghĩ nhiều về Đức Chúa Trời hơn. Tôi nghĩ những tư tưởng ấy có liên hệ với cảm giác của tôi về hội thánh, nhưng tôi muốn chúng ta nói về những điều mà hình như tôi không còn tin vào chúng nữa. Tôi không muốn bà cố bảo cho tôi biết nên tin vào điều gì. Điều tôi hy vọng là bà cho phép tôi được nghi ngờ—được nghi ngờ và được chia sẻ những nghi ngờ cùng niềm tin ấy với bà là một món quà thực sự. Tôi nói vậy nghe có hợp lý không, thưa Mục sư?

Trọng tâm cụ thể cũng là điều quan trọng. "Tôi bất mãn với cuộc sống của mình" là quá mơ hồ, khó có thể giúp đỡ được, cũng như câu "Tôi thấy buồn vì những mối quan hệ của mình." "Tôi chán nản quá, tôi cần được giúp đỡ" hay "Tôi muốn biết tại sao tôi thấy bất mãn với hôn nhân của mình" là những câu thích hợp hơn nhiều. Cần xác định một mối quan tâm cụ thể và hợp lý đối với mục sư lẫn người tín hữu và, như chúng ta sẽ thấy rõ ràng hơn trong chương tiếp theo, mối quan tâm này cần được xác định trước khi kết thúc buổi tư vấn đầu tiên.

Phải Duy Trì Giới Hạn Thời Gian

Đối với hầu hết các mục sư, một trong những điều khó khăn nhất của việc tư vấn là xác lập những giới hạn cần thiết cho mối quan hệ. Giới hạn là một phần trong đời sống do Đức Chúa Trời ban tặng chứ không đơn thuần là những nhượng bộ cho cuộc sống siêu tốc của thế kỷ 21. Về lâu về dài, việc tư vấn không bao giờ có kết quả nếu ta cứ bỏ qua các giới hạn. Do đó, việc thiết lập giới hạn là một phần của mọi tư vấn có trách nhiệm.

Giới hạn thời gian không phải là những giới hạn duy nhất trong tư vấn mục vụ có chiến lược. Các tư vấn viên khôn ngoan không tư vấn cho các thành viên trong gia đình hoặc cho đối tác làm ăn. Họ cũng không tư vấn cho những người làm họ sợ, bực mình hay bị hấp dẫn về giới tính. Họ cũng ý thức rằng họ không phải là người thích hợp để tư vấn cho những người quá gắn bó với mình. Những phản ứng mạnh mẽ theo hướng tiêu cực của người họ tư vấn đôi khi cũng là lý do chính đáng để họ chuyển ca tư vấn cho đồng nghiệp.

Tuy nhiên, giới hạn chính trong tư vấn mục vụ có chiến lược là giới hạn thời gian trong năm buổi tư vấn. Đây là số buổi tư vấn trung bình được các mục sư sử dụng để tư vấn cho các tín hữu. Dù kết thúc việc tư vấn sau năm buổi gặp có vẻ tàn nhẫn nhưng làm như vậy sẽ không bao giờ tạo cho người tín hữu những nan đề nghiêm trọng và cuối cùng người ta sẽ thấy đó là một nguyên tắc khôn ngoan đem lại những lợi ích đáng kể.

Cần thông báo giới hạn về năm buổi tư vấn ngay buổi gặp đầu tiên, tốt nhất là trong lúc thỏa thuận thời gian cho buổi gặp đầu tiên ấy. Nên dùng một câu nói ngắn gọn và trực tiếp như sau để thông báo về việc đó: "Tôi phải cho anh biết rằng đây là công tác tư vấn ngắn hạn và tôi chỉ làm việc tối đa trong năm buổi. Chúng ta sẽ quyết định chính xác mình nên gặp nhau thường xuyên thế nào trong lần làm việc đầu tiên với nhau, nhưng tôi muốn anh biết về phương pháp chung của tôi trước khi chúng ta bắt đầu." Một câu nói tương tự như vậy hầu như lúc nào cũng sẽ được chấp nhận. Thực ra, nó sẽ đem lại cảm giác thoải mái cho những người nghĩ rằng tư vấn bao gồm một cam kết dài hạn. Một tỷ lệ nhỏ những người tìm kiếm mối liên hệ lâu dài với mục sư của mình sẽ thấy thất vọng khi tiếp nhận tin này, nhưng nó sẽ khiến họ lưu ý rằng họ nên đến với buổi tư vấn đầu tiên trong tinh thần sẵn sàng làm việc, bằng không họ chẳng cần phải đến.

Còn những người cần giúp hơn năm buổi thì sao? Đây là những người nên được chuyển giao cho người có đủ khả năng chuyên môn thích hợp. Khi đó, việc chuẩn bị chuyển giao phải là mục tiêu của năm buổi tư vấn. (Chúng ta sẽ thảo luận điều này trong chương kế tiếp.) Một số nhóm bác sĩ trị liệu chuyên nghiệp sẵn sàng tư vấn dài hạn, và mục sư nên biết về những nguồn tư vấn có thể chuyển giao trong cộng đồng.

Một ngụ ý nữa về giới hạn năm buổi là, giống như trong trường hợp hiệu chỉnh máy cho xe hơi, người được tư vấn có thể quay trở lại vào một lúc nào đó trong tương lai để được trợ giúp thêm. Không có giả định cho rằng tư vấn mục vụ có chiến lược giúp con người ổn định suốt đời. Tuy nhiên, giới hạn số buổi tư vấn giúp ngăn chặn việc hình thành những mối quan hệ phụ thuộc, đồng thời khuyến khích người ta tiếp tục giải quyết nan đề của mình, quay trở lại để được giúp đỡ thêm trong tương lai nếu cần. Một so sánh khác là khuôn mẫu này hơi giống cách chúng ta liên hệ với bác sĩ. Thường thường, khi thấy triệu chứng đáng ngại, chúng ta liền đến gặp bác sĩ gia đình và mong đợi được giúp đỡ về y tế cho những căn bệnh cụ thể ấy. Khi gặp những vấn đề phát sinh, chúng ta trở lại gặp bác sĩ. Đây cũng là phương pháp của tư vấn mục vụ có chiến lược. Tư vấn mục vụ có chiến lược ngắn hạn, tập trung, và—với rất ít ngoại lệ—không cần nhiều hơn năm buổi tư vấn.

Một lưu ý quan trọng về giới hạn đó là năm buổi tư vấn không nhất thiết phải tương ứng với năm tuần. Trên thực tế, nhiều mục sư thấy rằng tư vấn mỗi tuần kém hiệu quả hơn tư vấn cách nhau hai hay ba tuần. Sắp xếp các buổi gặp cuối cách nhau là điều đặc biệt hiệu quả và nên được cân nhắc cho dù các buổi gặp đầu tiên được sắp xếp hàng tuần. Không gặp gỡ thường xuyên cho người tín hữu có thêm cơ hội áp dụng những điều được bàn đến trong buổi tư vấn và dùng những buổi tiếp theo để "giải quyết" những kinh nghiệm sống này.

Một giới hạn thứ yếu bắt buộc về thời gian trong tư vấn mục vụ có chiến lược là độ dài của các buổi tư vấn. Nên đặt ra tiêu chuẩn và duy trì độ dài buổi tư vấn. Không thực hiện được điều này không phải sẽ được xem là linh động và có lòng thương xót mà là không có khả năng đưa ra cấu trúc cần thiết cho việc tư vấn. Hiếm có buổi tư vấn nào đạt hiệu quả cao nếu kéo dài hơn 90 phút, và hầu hết các mục sư cho rằng buổi tư vấn nào ít hơn 30 phút chỉ mang lại hiệu quả tối thiểu. Do đó, dù tiêu chuẩn 1 tiếng có nhiều lợi thế hơn chỉ đơn thuần là tục lệ, nhưng cũng không có quy luật bất di bất dịch nào chỉ tư vấn 50 hay 60 phút. Điều quan trọng là thiết lập một độ dài chuẩn đem lại hiệu quả cho buổi tư vấn và duy trì giới hạn ấy.

Tư Vấn Toàn Diện

Có vẻ lạ khi cho rằng một phương pháp tư vấn ngắn hạn cũng cần phải toàn diện. Nhưng cả hai điều này đều có thể thực hiện được và rất đáng mong đợi.

Phần lớn các quan điểm liên quan đến tính phổ biến gần đây của từ *toàn diện* đã khiến một số Cơ Đốc nhân quên rằng xem con người như một tổng thể toàn diện—chứ không phải một tập hợp những bộ phận—mới là công việc Cơ Đốc sâu sắc cần làm. Tâm lý học theo Kinh thánh rõ ràng là một hệ tâm lý toàn diện (Benner 1988, 1998). Các "bộ phận" khác nhau của con người (tức là, thể xác, hồn, linh, lòng, xác thịt, ...) không phải là những khả năng riêng biệt hay các yếu tố độc lập mà là những cách khác nhau để nhìn toàn diện một con người.

Những phần nói về con người trong Kinh thánh nhấn mạnh đầu tiên và trước hết đến tính hợp nhất thiết yếu của hữu thể. Suy cho cùng, chỉ có thể hiểu được con người trong ánh sáng của sự toàn diện chủ yếu và tối giản này, và những nỗ lực giúp đỡ thực sự mang tính Cơ Đốc phải ngăn chặn được cám dỗ chỉ nhìn con người thông qua những tư tưởng, tình cảm, hành vi hay bất cứ biểu hiện nào khác của hữu thể.

Một lựa chọn khác cho tư vấn toàn diện bao gồm việc chỉ tập trung vào một trong những phương thức hoạt động này. Tiếc thay, đây chính là điều mà nhiều phương pháp tư vấn đang thực hiện—mỗi phương pháp tập trung vào một lĩnh vực hoạt động giới hạn của con người và bỏ qua những lĩnh vực khác. Vì vậy, thí dụ, bác sĩ chuyên khoa hành vi tập trung vào hành vi, bác sĩ chuyên về nhận thức tập trung vào sự suy nghĩ, bác sĩ trị liệu về kinh nghiệm dựa vào những cảm xúc và bác sĩ phân tích tâm lý tập trung vào sự mất ý thức. Tiếc thay, những phương pháp tư vấn Cơ Đốc thường không khá hơn bao nhiêu. Phương pháp tư vấn khiển trách (nouthetic counseling—một hình thức tư vấn cho rằng tư vấn chỉ nên dựa trên Kinh thánh và tập trung vào tội lỗi—ND) của Adams tập chú vào hành vi (Adams 1970), và phương pháp tư vấn dựa trên Kinh thánh của Crabb tập chú vào tư tưởng (Crabb 1977).

Ngược lại, tư vấn mục vụ có chiến lược quả quyết rằng tư vấn phải đáp ứng đầy đủ và cân bằng những yếu tố về hành vi (hành động), nhận thức (tư tưởng) và tình cảm (cảm xúc) của con người. Phân tích riêng rẽ từng yếu tố có thể che khuất điều đang thực sự xảy ra với người đó. Tuy nhiên, khi được ghép lại với nhau, chúng hình thành nền tảng giúp đánh giá toàn diện và can thiệp hiệu quả. Tư vấn mục vụ có chiến lược cung cấp khuôn khổ nhằm bảo đảm rằng mỗi một lĩnh vực hành động này đều được quan tâm tới và khuôn khổ này cung cấp phần lớn cấu trúc cho công tác tư vấn.

Tư Vấn có Kế Hoạch

Liệu pháp tâm lý dài hạn thường được so sánh với một ván cờ, trong đó dù chúng ta có thể mô tả hết sức chi tiết nước đi đầu tiên và cuối cùng, nhưng phần lớn các nước đi của ván cờ khó mô tả hơn rất nhiều. Do đó, dù các hoạt động trong buổi đánh giá đầu tiên và tiến trình kết thúc có thể được các tư vấn viên dài hạn nhận định một cách cụ thể, rõ ràng và hợp lý, nhưng để mô tả chính xác nên làm gì trong mỗi buổi trị liệu thì khó khăn hơn rất nhiều.

Ngược lại, tư vấn ngắn hạn nói chung có kế hoạch hơn. Chính nhờ kế hoạch này mà những buổi tư vấn trị liệu ngắn mới có thể thực hiện được. Mỗi buổi tư vấn có một mục tiêu rõ ràng và được xây dựng trên nền của các buổi trước đó để góp phần đạt đến những mục tiêu chung.

Khung tạo kế hoạch cho tư vấn mục vụ có chiến lược chặt chẽ đủ để mục sư có thể có một đánh giá toàn diện và tư vấn tối đa trong năm buổi. Nhưng nó cũng đủ linh động để phù hợp với nhiều dạng tư vấn viên khác nhau. Điều này quan trọng vì tư vấn không phải chủ yếu là một loạt những kỹ thuật tư vấn mà là một cuộc gặp gỡ và trò chuyện thân mật giữa hai người. Dù cuộc gặp gỡ này được thiết lập bởi những nguyên tắc khác với những cuộc gặp tạo thành mối quan hệ cá nhân trên nhiều phương diện, nó vẫn mang tính cá nhân cao. Nó rất cần sự bày tỏ cá tính của người tư vấn và vì vậy, không thể mong đợi hai nhà tư vấn làm việc theo cùng một cách.

Do đó, một cuộc tư vấn tốt luôn luôn có sự kết hợp hài hòa giữa kế hoạch và tự do. Nguyên tắc, kỹ thuật và lý thuyết cung cấp cấu trúc nhưng cũng phải cho phép cá nhân bày tỏ chính mình. Những người tư vấn giỏi rất có kỷ luật trong cách họ tổ chức mối quan hệ hỗ trợ của mình. Tuy vậy, kỷ luật và kế hoạch này phải hòa hợp trong cá tính của họ và không nên làm lu mờ con người phía sau vai trò. Cũng không nhất thiết phải cho người được tư vấn nhận biết kế hoạch. Thế nhưng, kế hoạch là điều quan trọng. Những người tư vấn tránh tất cả mọi kế hoạch có khuynh hướng vô kỷ luật trong việc tư vấn của mình. Đánh giá quá cao sự tự do và linh động khiến tư vấn mất tập trung và có khuynh hướng trở thành dài hạn theo mặc định chứ không phải theo hoạch định.

Kế hoạch của tư vấn mục vụ có chiến lược vượt ra khỏi nỗ lực giải quyết những tình cảm, tư tưởng và hành vi, vốn là một phần trong nan đề của người đến nhờ giúp đỡ. Kế hoạch cũng đáp ứng nhiều nhiệm vụ khác nhau của người tư vấn—những nhiệm vụ như đưa ra sự đánh giá ban đầu, trình bày hiểu biết chung về nan đề và về nhu cầu chính yếu của người được tư vấn, chọn lựa và đưa ra những can thiệp và nguồn lực hữu ích. Kế hoạch này được thảo luận chi tiết hơn ở chương kế tiếp.

Tư Vấn dựa trên Bài Tập Về Nhà

Nếu mục đích của tư vấn mục vụ là để đạt được kết quả gì đó trong vòng năm buổi thì mỗi buổi gặp người tín hữu phải sẵn sàng để làm bài tập. Bài tập được thực hiện giữa các buổi tư vấn là một phương cách quan trọng để giữ đà và đưa ra những kinh nghiệm có thực trong cuộc sống vốn có thể được xem xét trong suốt các buổi tư vấn.

Có rất nhiều dạng bài tập về nhà. Một số mục sư tư vấn chiến lược nhấn mạnh rằng đọc sách sẽ giúp cho người tín hữu hiểu vấn đề đang được khám phá. Liệu pháp sách—hay công dụng trị liệu của việc đọc sách—có một lịch sử lâu đời và đáng giá trong công tác chăm sóc linh hồn Cơ Đốc. Hơn hai phần ba các mục sư được tiếp xúc trong phần nghiên cứu cơ bản cho lần xuất bản đầu tiên của quyển sách này nói rằng họ cho mượn hoặc tặng sách cho những người mà họ tư vấn, và sự phản hồi không chính thức từ những người đã sử dụng phương pháp này trong thập kỷ qua cho rằng tối thiểu là có cùng một tỷ lệ những người làm như thế.

Đương nhiên, bản thân Kinh thánh vốn là một nguồn liệu pháp sách phong phú, và trải suốt lịch sử hội thánh việc khuyến khích đọc Kinh thánh phản ảnh rõ rằng họ ý thức được Kinh thánh là nguồn lực duy nhất có tính chất chữa lành, bồi bổ và hướng dẫn. Công dụng ấy của Kinh thánh đã có ngay từ khi các sách của nó được viết ra. Các sách nói về sự khôn ngoan trong Cựu Ước cùng những thư tín mục vụ trong Tân Ước đều được viết ra nhằm mục đích hướng dẫn và dưỡng linh. Việc sử dụng Kinh thánh trong công tác tư vấn cần có kỷ luật và chọn lọc, và phải đặc biệt cẩn thận để bảo đảm rằng Kinh thánh không bị sử dụng một cách máy móc và bâng quơ. Tuy nhiên, nếu được sử dụng cách hợp lý, Kinh thánh có thể trở thành một trong những nguồn lực mạnh mẽ và sống động nhất có sẵn cho các mục sư tư vấn.

Nhưng dù Kinh thánh có là nguồn liệu pháp vô song, thì đây cũng không phải là liệu pháp duy nhất. Nhiều mục sư cho biết rằng họ đã tặng và cho mượn những tác phẩm văn chương bồi linh và truyền cảm hứng. Trong những năm gần đây, tôi đã tặng hoặc cho mượn nhiều quyển *Đứa con Hoang đàng Trở về* (*Return of the Prodigal Son*, 1994) của Henri Nouwen đến nỗi tôi ước gì mình đã mua sỉ những quyển sách ấy. Những quyển mới ra của Larry Crabb (1997, 2010) cũng rất được độc giả hoan nghênh như của các tác giả A. W. Tozer, Eugene Peterson, Brennan Manning và Richard Rohr. Đây chỉ là một số những quyển sách cá nhân tôi ưa thích. Chắc chắn bạn sẽ có danh mục sách ưa thích của riêng mình.

Những quyển sách liên quan đến một nan đề hoặc kinh nghiệm cụ thể cũng rất hữu ích. Một số trong những quyển cá nhân tôi đã đọc là *Tha thứ và Quên* (*Forgive and Forget*, 1984) của Lewis Smedes, *Thất vọng với Chúa* (*Disappointment with God*, 1988) của Philip Yancey, *Vấn đề của sự Đau khổ* (*Problem of Pain*, 1940), *Quan sát Nỗi đau* (*A Grief Observed*, 1961) của C. S. Lewis và *Dấu tích của Chúa trong Thế giới luôn Thù nghịch* (*Traces of God in a Frequently Hostile World*, 1981) của Diogenes Allen. Những quyển sách lúc đầu được chuẩn bị để đi kèm với quyển này[1] cũng cung

---

1. Xem phần tài liệu đọc thêm ở cuối chương này và chương tiếp theo để biết một số những quyển này

cấp phần tư vấn trực tiếp của nhiều tư vấn viên mục vụ chiến lược.

Tuy nhiên, đọc sách không phải là việc duy nhất có thể được ấn định giữa các buổi tư vấn. Một số mục sư tư vấn có chiến lược sử dụng việc diễn tập hành vi—cho người tín hữu thực tập những kỹ năng (ví dụ: sự quyết đoán) hoặc hành vi (ví dụ: trình bày một bài diễn văn hoặc xin tăng lương) mà người ấy mong muốn thực hiện trong đời thực. Một số khác thì khuyến khích viết nhật ký như một cách hỗ trợ cho việc suy ngẫm trong tinh thần cầu nguyện về trải nghiệm của mình. Để cho người được tư vấn chia sẻ những điều họ đã khám phá hoặc học được trong tiến trình tư vấn với những người được chọn lựa cẩn thận và tin cậy thường cũng là một cách rất hữu hiệu. Ngay cả một điều đơn giản như khích lệ người tín hữu dành thời gian giữa các buổi tư vấn để ôn lại buổi tư vấn trước đó và sẵn sàng báo cáo lại với mục sư những gì ích lợi hoặc không ích lợi cũng giúp giữ đà và nối kết những sự kiện xảy ra trong buổi tư vấn với những việc xảy ra vào những ngày còn lại trong tuần.

Bài tập về nhà không tuyệt đối cần thiết. Một số mục sư chỉ thấy nó không phù hợp với phong cách riêng của họ và vẫn có thể duy trì được mục tiêu đầy đủ và giữ được đà mà không cần có nó. Tuy vậy, đa số các mục sư tư vấn có chiến lược cho biết việc cho tín hữu làm bài tập liên quan đến vấn đề đang được giải quyết là rất có lợi, cho dù bài tập chỉ là hỏi người tín hữu cảm thấy điều hữu ích nhất cần làm trước buổi tư vấn tiếp theo là gì.

Tư Vấn dựa trên Nền Tảng Hội Thánh

Đến đây chúng ta đã biết rõ rằng tư vấn mục vụ không chỉ là mục sư làm công tác tư vấn bên ngoài văn phòng nhà thờ. Yếu tố mục vụ của tư vấn mục vụ có chiến lược đòi hỏi một sự kết nối ý nghĩa và thiết yếu hơn nhiều với hội thánh. Có nhiều cách khác nhau để thực hiện điều này. Tuy nhiên, điểm mấu chốt là việc tư vấn, chứ không phải chỉ mình mục sư, phải dựa trên nền tảng hội thánh.

Ít nhất điều này có nghĩa là hội thánh hiểu và xác nhận công tác tư vấn của mục sư là một phần quan trọng trong toàn bộ công việc của hội thánh. Dù rõ ràng việc bảo mật là rất cần thiết nhưng có thể sẽ có ích cho mục sư nếu chia sẻ một chút về bản chất công tác tư vấn của mình cho những người khác trong ban lãnh đạo để họ có thể hỗ trợ bằng cách cầu nguyện và bằng những cách thích hợp khác.

Ngoài ra, hội thánh nên phát triển nhiều hình thức hỗ trợ không mang tính tư vấn cho những người tìm kiếm sự tư vấn từ mục sư. Các loại nhóm hỗ trợ khác nhau đang được hình thành trong nhiều hội thánh muốn cung cấp cho cộng đồng của mình một mục vụ sinh động. Các nhóm này có thể tập trung vào những vấn đề cụ thể (ví dụ: rượu hoặc ma túy, bị lạm dụng tình dục lúc còn nhỏ, mất người thân hoặc ly hôn) đến những vấn đề chung chung hơn hoặc nhóm dành cho những người đang trải qua những giai đoạn thông thường của đời sống (đau buồn và mất mát, nuôi dạy con cái, sự truyền thông và thân mật trong hôn nhân, chuyển nghề hay về hưu). Những nhóm học Kinh thánh, nhóm thông công cùng các nhóm chăm sóc và mục vụ khác trong hội thánh đều là những nguồn lực hỗ trợ cho tư vấn mục vụ có chiến lược.

Một trong những cách quan trọng nhất giúp các mục sư tư vấn giữ được bản chất ngắn hạn của công tác tư vấn là nối kết người đang tìm kiếm sự giúp đỡ với những người khác trong hội thánh, là những người có thể tham gia giúp đỡ phần nào. Ví dụ, mục sư có thể nối kết một bà mẹ đơn thân với một người trong hội thánh có khả năng phụ giúp những công việc và trách nhiệm cơ bản như giữ trẻ, lập kế hoạch về tài chính, sửa nhà hoặc di chuyển. Hoặc kết hợp một đôi vợ chồng trẻ với một cặp lớn tuổi hơn để qua tình bạn và đời sống gương mẫu, họ có thể giúp đỡ cho đôi bạn trẻ giải quyết những xung đột trong hôn nhân. Để minh họa điều này, hãy xem cách một mục sư nối kết Kevin—một thanh niên khoảng hai mươi mấy tuổi—với các tín hữu trong hội thánh.

Kevin đến gặp mục sư sau giờ nhóm thờ phượng và cho biết anh mới đến thành phố này và hôm nay đến thăm hội thánh. Mục sư Fernando nói rằng bà rất vui vì anh đã đến và khích lệ anh gọi điện cho bà bất cứ lúc nào nếu có việc gì cần bà và hội thánh giúp đỡ. Hai ngày sau, Kevin gọi điện cho Mục sư Fernando và nói rằng anh muốn nói chuyện với bà nếu bà có thời gian.

Vài ngày sau, họ gặp nhau và Kevin thưa với Mục sư Fernando rằng anh vừa mới vào đại học, rằng đây là lần đầu tiên anh xa nhà và anh cảm thấy cô đơn. Anh cũng nói rằng anh gặp vấn đề trong việc kết bạn và lúc nào cũng là một kẻ cô độc. hội thánh luôn là nơi anh cảm thấy mình được chấp nhận và đó là lý do anh cố gắng tìm kiếm một hội thánh tại gia ngay khi chuyển đi. Rồi anh dùng cả tiếng đồng hồ còn lại để nói về gia đình, về tuần đầu tiên đi học và kế hoạch cho tương lai.

Chưa hết buổi gặp này, Mục sư Fernando bắt đầu nhận thấy rằng có lẽ chỉ cần một buổi tư vấn. Khi bà hỏi Kevin anh hy vọng điều gì khi gọi điện cho bà, anh trả lời rằng anh chỉ muốn nói chuyện và có thể nhận biết rõ hơn liệu hội thánh này có thể trở thành hội thánh nhà của mình không. Dường như anh chẳng có vấn đề gì cần thảo luận sâu hơn và anh nói với bà rằng anh chỉ cần một buổi gặp.

Mục sư Fernando nhìn thấy mối liên hệ này là cơ hội để thực hiện một điều gì đó giá trị hơn nhiều thay vì chỉ đơn thuần là đón nhận một thành viên mới vào hội thánh. Khi Kevin bắt đầu kể chuyện của mình thì bà nghĩ đến những tín hữu mà bà có thể cho Kevin địa chỉ và số điện thoại. Dù có thể anh được lợi từ sự tư vấn của mục sư—có lẽ tập trung vào vấn đề cố hữu là anh gặp khó khăn trong việc kết bạn—nhưng điều anh cần ngay lúc ấy là một người bạn chứ không phải một cuộc tư vấn. Vì vậy, vào cuối buổi, bà đề nghị giới thiệu Kevin với một số sinh viên khác trong hội thánh học cùng trường với anh. Bà nói rằng nếu anh muốn thì bà rất vui để giới thiệu anh với họ vào Chúa nhật tới, nếu anh muốn đến, hoặc vào bất cứ lúc nào khác.

Dù cho Kevin có quyết định tiếp tục được tư vấn về vấn đề khó kết bạn thì anh ấy vẫn có lợi trong việc kết nối với những người bạn tiềm năng. Những người khác lại được lợi từ—và hoan nghênh—lời đề nghị giới thiệu họ với tín hữu nào đó trong hội thánh là người mới mất con, bị ung thư, ly hôn hoặc gặp nan đề với con cái—giống như họ. Đối với một số người khác nữa thì mối liên hệ thích hợp nhất là gặp gỡ người nào đó có thể giúp họ tìm việc làm, người có thể có cùng sở thích với họ, người dường như cùng đi trên một hành trình thuộc linh với họ hoặc người nào đó cùng quốc gia, dân tộc với họ.

Tư Vấn Tập Chú vào Phương Diện Thuộc Linh

Đặc điểm thứ sáu của tư vấn mục vụ có chiến lược là tập chú về mặt thuộc linh. Mọi tư vấn đều có một loại mục tiêu nào đó, mục tiêu ấy chính là điều ưu tiên cao nhất. Nhiều mô hình tư vấn đương đại khác nhau nhấn mạnh những vấn đề như mối quan hệ, những trải nghiệm tuổi thơ, những cảm xúc bị đè nén, ý thức sự hiện diện, hoặc những tư tưởng vô thức. Bất kỳ vấn đề nào cũng giúp cho người tư vấn biết phải nhấn mạnh điều nào và bỏ qua điều nào. Không có những chỉ dẫn ấy, việc tư vấn sẽ trôi giạt không mục đích và gần như không đạt được gì. Việc tập chú giúp nghĩ ra mục đích và định hướng trọng tâm.

Nói rằng trọng tâm của tư vấn mục vụ có chiến lược mang tính thuộc linh là lưu ý rằng trọng tâm ấy hướng đến con người trong mối liên hệ với Đức Chúa Trời. Điều này đòi hỏi mục sư tư vấn phải lưu tâm đến cách Đức Chúa Trời hành động trong đời sống người đó và cách người đó đáp ứng với hoạt động này. Nhưng trước khi tìm hiểu đầy đủ hơn về vấn đề này, tôi sẽ trình bày khái niệm thuộc linh.

Từ *thuộc linh* ngày nay được dùng rất đa dạng. Một số mơ hồ xung quanh khái niệm này là về mặt ngữ nghĩa và có thể tránh được nếu cẩn thận trong cách dùng từ. Tuy nhiên, đa phần sự mơ hồ là không tránh được. Đời sống thuộc linh buộc chúng ta phải đối diện với một số những điều huyền bí nhất của con người mình. Theo lời của May thì, "Thần linh và huyền bí có liên hệ mật thiết với nhau .... Có thể không phải lúc nào huyền bí cũng mang tính thuộc linh nhưng chắc chắn thuộc linh luôn luôn huyền bí" (May 1982, 32). Do vậy, ngay cả với một định nghĩa chính xác nhất của khái niệm này, chúng ta cũng sẽ chắc chắn gặp phải sự mơ hồ khi đặt khía cạnh thuộc linh của con người làm trọng tâm trong tư vấn mục vụ có chiến lược.

Khái niệm thuộc linh đặt nền tảng trên sự hiện hữu của Đức Chúa Trời dưới dạng Thần Linh và hành động yêu thương của Ngài là tạo dựng chúng ta theo hình ảnh Ngài để tương giao mật thiết với Ngài. Linh hồn của con người không phải là một phần trong chúng ta, tách biệt với những phần phi thuộc linh khác. Ngược lại, nó là phần xác định nhân tính và là nền tảng cho hữu thể của chúng ta. Lời cầu nguyện nổi tiếng của Thánh Augustine: "Ngài đã tạo dựng chúng con cho riêng Ngài và tấm lòng chúng con sẽ không được yên nghỉ cho đến khi tìm được sự yên nghỉ trong Ngài." Dù tình trạng bất an này không phải lúc nào cũng được kinh nghiệm như một sự khao khát thuộc linh, nhưng nó có mặt ở những cấp độ sâu xa nhất của con người chúng ta và định hướng cho toàn bộ nhân cách của chúng ta. Làm một con người tức là làm một hữu thể thuộc linh. Đặc điểm phân biệt chúng ta với người khác không phải là chúng ta có thuộc linh hay không mà là bản chất thuộc linh của chúng ta.

Bản chất thuộc linh là phần nền tảng sâu xa của bản chất con người chúng ta. Đó là vấn đề của tấm lòng. Theo nghĩa được dùng trong nhân loại học Thánh Kinh, tấm lòng là trung tâm nhân cách và là điểm hợp nhất cho hữu thể của chúng ta. Những cam kết và phương hướng thiết yếu của đời sống đều được thể hiện trong định hướng của tấm lòng và thuộc linh ám chỉ định hướng của tấm lòng, làm nền tảng và định hướng cho phần còn lại trong hữu thể của chúng ta. Con người luôn luôn có tâm linh. Được tạo dựng để thuận phục và ham thích hầu việc Đức Chúa Trời, chúng ta chỉ có thể lựa chọn một Đấng để thuận phục và hầu việc. Định hướng thuộc linh cơ bản của nhân cách—tức là, thuận phục và hầu việc Đức Chúa Trời hoặc chống nghịch Ngài và hầu việc một thần thấp kém hơn—được phản ảnh trong tất cả mọi khía cạnh hoạt động của chúng ta.

Vậy, đặt những vấn đề thuộc linh làm trọng tâm chính trong việc tư vấn đòi hỏi điều gì? Đầu tiên và trước hết nó có nghĩa là mục sư tư vấn chiến lược phải nhận biết rằng trước khi họ đi vào đời sống của người đến xin tư vấn thì Đức Chúa Trời đã hiện diện và hành động trong đời sống ấy rồi. Đây là giả định cốt lõi của định hướng thuộc linh và là một trong những điều quan trọng nhất mà các mục sư tư vấn có thể học hỏi từ truyền thống chăm sóc linh hồn cách mật thiết này. Nếu một mục sư tư vấn thừa nhận sự hiện diện và hành động của Đức Chúa Trời thì mục sư ấy sẽ tìm kiếm những manh mối bày tỏ hai điều ấy. Khi làm như vậy, người tư vấn giúp cho người được tư vấn phát huy một thái độ cầu nguyện—vì sự cầu nguyện là gì nếu không phải là sự chú tâm vào Đức Chúa Trời.

Người tư vấn sẽ tìm thấy bất kỳ điều gì họ đang tìm kiếm. Nếu họ đang tìm kiếm bệnh học tâm thần thì họ sẽ tìm thấy nó. Nếu họ tìm kiếm những vấn đề vô ý thức, họ sẽ tìm ra chúng. Và nếu họ tìm kiếm sự hiện diện và hành động của Đức Chúa Trời trong đời sống con người, họ sẽ tìm ra những điều đó với sự giúp đỡ của Chúa Thánh Linh.

Thế nhưng, trong khi Đức Chúa Trời chủ động tìm cách kéo tất cả mọi người đến gần Ngài hơn, thì phần lớn thời gian hầu hết chúng ta chẳng nhận thấy sự hiện diện và những hành động yêu thương nhân từ ấy của Ngài. Thậm chí con người không phải lúc nào cũng nhận ra những khao khát thuộc linh sâu thẳm bên trong lòng mình. Biết rằng người ta không cần phải nói về Chúa mới bày tỏ điều gì đó về thuộc linh của họ là giúp đặt những vấn đề thuộc linh làm mục tiêu chính yếu trong việc tư vấn. Những tranh chiến liên quan đến việc tìm kiếm ý nghĩa cuộc đời hay tìm kiếm nhân thân, sự toàn vẹn hoặc thậm chí là sự thỏa mãn, tất cả đều chứa yếu tố thuộc linh. Thế nhưng những nan đề thoạt nhìn có vẻ như hơi trần tục hơn, những nan đề như sự buồn chán, xung đột trong hôn nhân, hay sự lo lắng đều như vậy. Một khi mục sư tư vấn bắt đầu hiểu được những cách khác nhau người ta dùng để che giấu kinh nghiệm và phản ứng trước sự tìm kiếm thuộc linh, thì họ có thể nhận biết sự hiện diện của khía cạnh thuộc linh trong những nan đề đang được tư vấn.

Học cách nhận biết sự hiện diện của khía cạnh thuộc linh khởi sự từ việc hiểu rằng khía cạnh thuộc linh tự bày tỏ mình trong bối cảnh rộng của kinh nghiệm sống, chứ không phải chỉ trong những kinh nghiệm về tôn giáo. Do đó, bất kể người tín hữu có nan đề gì thì nó cũng có những hàm ý thuộc linh. Phải nhìn vấn đề cách nghiêm túc vì đó là bối cảnh mà trong đó người ta có thể nhận biết các vấn đề thuộc linh cách dễ dàng nhất và cần đến những nguồn lực thuộc linh nhất.

Dù những vấn đề thuộc linh thường được che đậy bởi những mối bận tâm có vẻ phi thuộc linh khác, nhưng chúng cũng thường được trình bày một cách trực tiếp—thông thường là bằng những câu thắc mắc về thần học. Một người làm tư vấn mục vụ có chiến lược cần phải lắng nghe để tìm ra ý nghĩa cá nhân ẩn dưới những câu hỏi dạng đó. Do đó, khi một người yêu cầu mục sư giải thích một tín lý chẳng hạn như sự quan phòng, mục sư tư vấn phải nhanh chóng chuyển từ thảo luận về thần học sang khám phá lý do người ấy thắc mắc. Cách thích hợp nhất để nói đến những vấn đề thần học trong tư vấn mục vụ là chuyển từ những vấn đề thần học chung chung sang những vấn đề thuộc linh cụ thể. Những kinh nghiệm cá nhân cụ thể nào đã khiến cho người tín hữu thắc mắc về bản chất của ý định mà Đức Chúa Trời dành cho người ấy. Mặc dù thừa nhận giá trị của câu hỏi về sự quan phòng, nhưng mục sư cũng cần phải cảnh giác với những kinh nghiệm và thắc mắc cá nhân sâu sắc hơn ẩn đằng sau câu hỏi ấy.

Biết cách tập trung vào vấn đề thuộc linh là biết lắng nghe câu chuyện đằng sau một câu chuyện. Câu chuyện sâu hơn này thường bị bỏ qua, không phải vì người tín hữu cố tình giấu điều cần được tỏ bày nhất mà đúng hơn là vì bản thân họ không biết bản chất thật của những mối quan tâm và cảm xúc sâu xa nhất của mình. Thực ra, đối với một số người, ích lợi chính của một ca tư vấn thành công là người đến xin tư vấn đạt đến chỗ hiểu biết rõ ràng hơn câu chuyện của chính họ. Câu chuyện nằm sau câu chuyện là câu chuyện về những mối quan tâm cuối cùng, nỗi lo lắng cơ bản, những cam kết nền tảng và niềm tin căn bản. Đó là câu chuyện của tấm lòng.

Tuy nhiên, lắng nghe sự kiện đằng sau câu chuyện đòi hỏi mục sư trước tiên phải lắng nghe và nhìn nhận nghiêm túc câu chuyện được kể. Mục sư không được xem thường câu chuyện này khi lắng nghe để tìm hiểu những vấn đề thuộc linh ẩn giấu, nếu không mục sư sẽ không nhìn nhận nan đề của người tín hữu một cách nghiêm túc và sẽ là điều khôi hài khi xem tư vấn là cuộc đối thoại chân thành.

Mục sư tư vấn chiến lược lắng nghe và đi vào trải nghiệm của người tín hữu khi họ liên hệ những tranh chiến của mình với bệnh tật, sự phản bội, bối rối, mất mát, đảo lộn về tài chính hay công việc không ổn định. Tuy nhiên, dù đây là phần có thực của câu chuyện, nhưng đó không phải toàn bộ câu chuyện mục sư cần phải nghe và hiểu vì trong câu chuyện này xuất hiện câu chuyện khác, câu chuyện về đáp ứng thuộc linh của người đó trước nan đề. Đáp ứng này có thể là một đức tin vững vàng nơi Đức Chúa Trời nhưng lại không trông đợi nhiều vào Ngài. Hoặc có thể là một sự nghi ngờ, giận dữ, bối rối hay thất vọng. Hoặc người đó có thể thấy Đức Chúa Trời chẳng liên quan gì đến những hoàn cảnh hiện tại, có thể Ngài bị lãng quên trong kinh nghiệm sống cá nhân. Mỗi điều trên đây là một đáp ứng thuộc linh cho những tranh chiến hiện tại. Dù ở hình thức này hay hình thức khác, lĩnh vực thuộc linh trong trải nghiệm của một người sẽ luôn hiển hiện rõ cho mục sư nào để ý quan sát nó.

Ở một chỗ khác tôi đã mô tả nhu cầu thuộc linh của con người là nỗi khao khát sâu xa về một nơi chốn, tìm kiếm nơi mình thuộc về (Benner 1998). Có thể xem nhiệm vụ của mục sư tư vấn là giúp cho người khác hiểu những nơi họ đã chọn làm ngôi nhà thuộc linh cũng như những hàm ý trong chọn lựa của họ. Hầu hết các Cơ Đốc nhân không ý thức được cả khao khát sâu xa của họ về một nơi chốn lẫn những nơi thỏa hiệp mà họ đã chấp nhận. Có thể họ nghĩ rằng mình đã chọn Đấng Christ làm ngôi nhà thuộc linh nhưng trên thực tế họ cũng chấp nhận những nơi yên nghỉ tâm linh khác nữa. Giá trị của họ có lẽ đến từ thành tích của họ chứ không chỉ từ tình yêu thương hết mực của Đức Chúa Trời. Hay sự an ninh của họ có lẽ đến từ tài sản của cải hơn là từ sự yên nghỉ nơi Đức Chúa Trời. Họ chỉ biết sự phiền muộn của mình và tìm kiếm sự khuây khỏa. Việc của mục sư tư vấn là giúp họ hiểu được ý nghĩa của sự phiền muộn này, chứ không chỉ cho họ sự khuây khỏa họ đang tìm kiếm. Đây là một phần trong việc lắng nghe để tìm hiểu khía cạnh thuộc linh.

Tóm lại, tập trung vào những vấn đề thuộc linh không đơn thuần có nghĩa là tìm kiếm cơ hội để chuyển hướng cuộc đối thoại sang chủ đề về tôn giáo. Đời sống thuộc linh có liên quan đến lòng trung thành và sự đầu tư cuối cùng của chúng ta. Đôi lúc chúng sẽ tương đương với những niềm tin, giá trị và cam kết tôn giáo được bày tỏ. Tuy nhiên, ở một khía cạnh khác, có thể có khoảng cách giữa những hành vi tôn giáo và thực trạng thuộc linh. Trọng tâm của tư vấn mục vụ có chiến lược nên là cái thứ hai.

Tư Vấn Mang Tính Cơ Đốc Rõ Ràng

Khi việc không nhầm lẫn giữa thuộc linh với tín ngưỡng là điều quan trọng thì việc không nhầm lẫn giữa thuộc linh Cơ Đốc với bất kỳ một cái na ná nào của nó cũng quan trọng không kém. Về mặt này, điều cốt yếu là tư vấn mục vụ có chiến lược phải mang tính Cơ Đốc rõ ràng và dứt khoát.

Không phải tất cả những đều liên quan đến thuộc linh đều là thuộc linh Cơ Đốc, và mặc dù tư vấn mục vụ có chiến lược bắt đầu bằng sự tập trung vào những vấn đề thuộc linh được hiểu theo nghĩa rộng nhưng mục tiêu chính của nó là tạo điều kiện thuận lợi cho một người nhận biết và đáp ứng với sự kêu gọi của Đức Chúa Trời để thuận phục và hầu việc Ngài. Đây là khía cạnh thiết yếu và quan trọng nhất của tư vấn mục vụ có chiến lược.

Hễ ai tìm kiếm sự giúp đỡ của một mục sư tư vấn cần phải biết là mục sư ấy cam kết giữ vững niềm tin rằng sự trọn vẹn cuối cùng không thể tách khỏi mối tương giao được phục hồi với Đức Chúa Trời qua Đức Chúa Giê-xu Christ. Tư vấn mục vụ tạo điều kiện thuận lợi cho sự trọn vẹn này qua việc đối thoại và tương tác vốn được thiết lập để nuôi dưỡng đời sống trong Thánh Linh và qua Thánh Linh.

Một trong những cách khiến tư vấn mục vụ mang tính Cơ Đốc rõ ràng là thông qua cách dùng những nguồn lực tôn giáo của nó, như cầu nguyện, Kinh thánh và các thánh lễ. Như đã nói từ trước, đừng nên dùng những nguồn lực này theo kiểu máy móc, duy lý, hay mang tính phép thuật. Tuy nhiên, nếu được sử dụng một cách khôn ngoan và tế nhị, chúng có thể trở thành phương tiện đem người tín hữu đến gần hơn với Đức Chúa Trời là nguồn của mọi sự sống, tăng trưởng và chữa lành. Ngoài lý do này ra, không nên sử dụng những nguồn lực tín ngưỡng vì bất cứ lý do nào khác.

Mặc dù ngôn ngữ thần học có thể làm rối trí và thường ngăn trở cuộc đối thoại chân thành thì nó cũng có thể là một nguồn lực tiềm năng quan trọng của tư vấn mục vụ có chiến lược. Đừng bao giờ biến việc tư vấn thành buổi dạy giáo lý. Tuy vậy, việc suy ngẫm lẫn trò chuyện về thần học đều thích hợp và việc thảo luận những khái niệm thần học có thể là cách hữu hiệu nhằm tạo thuận lợi cho việc suy ngẫm và trò chuyện như thế.

Một khái niệm như tội lỗi có thể được dùng hoặc như một thủ đoạn quyền lực và chiến lược xử tội (ví dụ: "Điều anh muốn nói với tôi là anh đang sống trong tội lỗi.") hoặc như một cách để giới thiệu cách nhìn thiêng liêng về chủ đề ấy đang được thảo luận (ví dụ: "Sự đổ vỡ mà anh đang mô tả là phần trọng tâm của điều Kinh thánh gọi là tội lỗi. Ở đây đúng là Đức Chúa Trời muốn gặp anh và chữa lành cho anh.") Tương tự, sự quan phòng, quyền tể trị, sự nhập thể và rất nhiều các khái niệm thần học khác đều chỉ về những hiểu biết mang tính Cơ Đốc về đời sống, có những hàm ý rất giá trị về mục vụ và thuộc linh. Những hàm ý mục vụ và thuộc linh này là lý do hợp lý nhất để sử dụng ngôn ngữ và thảo luận thần học trong tư vấn mục vụ có chiến lược.

Cách cuối cùng và có thể còn cơ bản hơn để tư vấn mục vụ có chiến lược mang tính Cơ Đốc là khuyến khích người tín hữu nhờ cậy nơi Chúa Thánh Linh. Đức Thánh Linh là nguồn lực tuyệt đối cần thiết của mọi sự khôn ngoan vốn là điều quan trọng trong tư vấn mục vụ. Mặc dù vấn đề này có vẻ hiển nhiên, nhưng Đức Thánh Linh nhìn chung không được nhấn mạnh hay thậm chí bàn đến trong tài liệu về tư vấn mục vụ. Trong một ngoại lệ đáng chú ý, Oates nhắc nhở chúng ta rằng vì Đức Thánh Linh là Đấng Yên Ủi thật (Giăng 14:26), nên Ngài phải được xem là trợ lý của mục sư tư vấn (Oates 1962). Nhận biết rằng mọi sự chữa lành và tăng trưởng cuối cùng đều thuộc về Đức Chúa Trời, mục sư có thể thư giãn trong công tác tư vấn. Đức Chúa Trời chịu trách nhiệm cuối cùng về cá nhân tìm kiếm sự giúp đỡ.

Oates lưu ý rằng vai trò tư vấn của Đức Thánh Linh bắt đầu với kinh nghiệm cá nhân của mục sư và mở rộng qua mục sư vào trong mối liên hệ tư vấn với người tín hữu. Khi mục sư biết nương cậy nơi Đức Thánh Linh để có sức mạnh, sự dẫn dắt và sự khôn ngoan mỗi ngày thì mục sư ấy sẽ phát triển một sự phụ thuộc thích hợp trong mối quan hệ tư vấn mục vụ. Mục sư có thể nhờ Thánh Linh của Đức Chúa Trời giúp cho cả hai bên trong mối quan hệ tư vấn biết phải nói gì và nói khi nào. Oates cho rằng lời Chúa Giê-xu phán bảo các môn đồ trong Ma-thi-ơ 10:19–20 ("Song khi họ sẽ đem nộp các ngươi, thì chớ lo về cách nói làm sao, hoặc nói lời gì; vì những lời đáng nói sẽ chỉ cho các ngươi chính trong giờ đó. Ấy chẳng phải tự các ngươi nói đâu, song là Thánh Linh của Cha các ngươi sẽ từ trong lòng các ngươi nói ra"), dù câu ấy thường ám chỉ sự bắt bớ họ sẽ gặp, nhưng cũng có thể áp dụng cho các mục sư đang thực hiện một buổi tư vấn (1962, 62–63). Oates gọi đây là công tác của Đức Thánh Linh dành cho mục sư đang đối diện với sự lo lắng về cách truyền đạt.

Nhưng tín hữu cũng nhận được sự giúp đỡ tương tự như vậy. Mục sư có thể khuyến khích những người đến xin tư vấn cầu nguyện trước các buổi tư vấn để xin Chúa hướng dẫn cần thảo luận điều gì và để nhắc lại những vấn đề quan trọng cần được chia sẻ. Đây là lời khuyên đặc biệt hữu hiệu đối với những người bị một loại ám ảnh nào đó, đến xin tư vấn với một danh sách những mối bận tâm cần được thảo luận và lo lắng không biết có bỏ sót điều nào không. Cả người tín hữu lẫn mục sư phải học cách tin rằng Thánh Linh của Đức Chúa Trời sẽ hướng dẫn quá trình giao tiếp.

Một vai trò có liên quan của Đức Thánh Linh trong tư vấn mục vụ được chỉ ra trong lời hứa rằng Thánh Linh sẽ nhắc chúng ta nhớ mọi điều Chúa Giê-xu đã dạy dỗ (Giăng 14:26). Không thể thiếu công tác dạy dỗ này của Đức Thánh Linh trong tư vấn mục vụ, và mục sư phải nhớ rằng vai trò trọng yếu đó là của Đức Thánh Linh, không phải của mục sư. Đối với lời hứa Thánh Linh là Đấng cáo trách tội lỗi cũng vậy (Giăng 16:8). Đây là vấn đề chủ yếu trong tư vấn mục vụ, một vấn đề gây rất nhiều hoang mang. Câu hỏi thường được đặt ra là liệu mục sư nên giữ thái độ không xét đoán đối với hành vi tội lỗi hay thể hiện thái độ lên án tội lỗi để qua đó gìn giữ tiêu chuẩn luật pháp của Đức Chúa Trời. Thế nhưng, câu hỏi này làm vấn đề trở nên rối. Tất cả những gì chúng ta biết về tính năng động của đối thoại trị liệu cho thấy rằng một thái độ không xét đoán của tình yêu thương mang tính chấp nhận là nền tảng của việc tư vấn hiệu quả. Nhưng như thế không có nghĩa là không có hay không nên có sự cáo trách tội. Nói đúng hơn, điều đó có nghĩa là cáo trách tội lỗi là việc của Đức Thánh Linh. Sự cáo trách tội chân thật luôn luôn là thành quả bên trong của Thánh Linh Đức Chúa Trời.

Thành quả tốt nhất mục sư đạt được bằng việc lên án tội lỗi chỉ là những cảm xúc về tội lỗi, mà đó là một sự thay thế tệ hại cho việc nhận biết tội thật sự.

Do đó, những mục sư tư vấn có chiến lược không tạm bằng lòng với việc tập trung vào thuộc linh nói chung. Mục tiêu của họ là đề cao thuộc linh Cơ Đốc một cách rõ ràng cùng với sự toàn vẹn của hữu thể chỉ có được trong và qua đời sống trong Thánh Linh. Bây giờ, chúng ta chuyển sang cách điều này được thực hiện theo ba giai đoạn của tư vấn mục vụ có chiến lược.

Tài Liệu Đọc Thêm

Benner, D. 1998. *Care of Souls: Revisioning Christian Nurture and Counsel.* Grand Rapids: Baker. Quyển sách bao gồm phần trình bày rộng hơn về mối liên hệ giữa những động lực hoạt động tâm lý và thuộc linh, cũng như cách mục sư có thể học nhận biết sự hiện diện của yếu tố tâm linh giữa bất kỳ khía cạnh nào của cuộc sống đang được nói đến.

Childs, B. 1990. *Short-term Pastoral Counseling.* Nashville: Abingdon. Trình bày một tổng quan thú vị về khuôn mẫu tư vấn ngắn hạn cần đến mười buổi và tập chú vào điều được mô tả là "nan đề trọng tâm về mối liên hệ" của tín hữu.

Gree, D., and M. Lawrenz. 1996. *Encountering Shame and Guilt.* Grand Rapids: Baker. Áp dụng tư vấn mục vụ có chiến lược vào các nan đề về sự xấu hổ và tội lỗi, bao gồm nhiều nghiên cứu trường hợp chi tiết.

Kollar, C. 1997. *Solution-focused Pastoral Counseling*. Grand
Rapids: Zondervan. Phương pháp tư vấn mục vụ ngắn gọn tập
chú vào giải pháp hơn là nan đề, theo đúng như tên gọi. Nó
lấy cảm hứng từ phương pháp tư vấn phổ biến hơn là tập chú
vào giải pháp mà gần đây nhận được sự quan tâm đáng kể,
một phương pháp dựa trên việc giúp con người nhận biết
những nguồn tài nguyên họ đã có để tác động lên những thay
đổi.

Oates, W. 1962. *Protestant Pastoral Counseling*. Philadelphia:
Westminster. Sách có nhiều điều hữu ích, đặc biệt là bài viết
hay về vai trò của Đức Thánh Linh trong tư vấn mục vụ.

Rassieur, C. L. 1988. *Pastor, Our Marriage Is in Trouble: A Guide to
Short-term Counseling*. Philadelphia: Westminster. Một
phương pháp tư vấn mục vụ ngắn hạn năm buổi về hôn nhân
được tổ chức chặt chẽ, có nhiều điểm nhấn mạnh giống với tư
vấn mục vụ có chiến lược, nhưng chỉ đến đó, phương pháp
chỉ được áp dụng cho các nan đề về hôn nhân.

Sharp, J. 1999. Solution-focused Counseling: A Model for Parish
Ministry. *Journal of Pastoral Care* 53, no. 1:71–79. Giới thiệu
một miêu tả khác về phương pháp tư vấn mục vụ tập trung
vào giải pháp.

Welch, E., and G. Shogren. 1995. *Additctive Behavior*. Grand
Rapids: Baker. Một ứng dụng khác của tư vấn mục vụ có
chiến lược, lần này là với các trường hợp nghiện ngập mà
mục sư thường gặp.

Westberg, G. 1979. *Theological Roots of Wholistic Health Care*.
Hinsdale, Ill.: Wholistic Health Centers. Mặc dù quyển này
dùng cách viết khác xưa hơn của từ toàn diện (holistic),
nhưng lập luận về nền tảng thần học của phương pháp toàn

diện mà tác giả đưa ra cũng áp dụng đúng cho tư vấn mục vụ có chiến lược và các phương pháp khác dùng cách viết mới hơn.

Worthington, E., and K. Worthington. 1996. *Helping Parents Make Disciples*. Grand Rapids: Baker. Phần áp dụng phương pháp tư vấn mục vụ có chiến lược này tập trung vào các vấn đề dạy dỗ con cái. Sách bao gồm nhiều nghiên cứu trường hợp và thông tin thực tế hữu ích khác về cách làm việc với những phụ huynh cần được giúp đỡ mục vụ trong cách dạy con.

Chương 4

Các Giai Đoạn và Nhiệm Vụ của Tư Vấn Mục Vụ có Chiến Lược

Ba giai đoạn của tư vấn mục vụ có chiến lược có thể được mô tả là *gặp gỡ, gắn bó* và *tách rời*. Trong khi nhiều khuôn mẫu tư vấn mô tả các giai đoạn bằng những từ ngữ định hướng nhiệm vụ như xác định nan đề, triển khai mục tiêu và can thiệp, thì ngôn từ mang tính liên hệ phản ảnh tốt hơn bản chất cá nhân của công tác tư vấn về cơ bản. Tư vấn không phải là điều một người làm *cho* một người khác. Đúng hơn, đó là công việc một người làm *cùng với* một người khác. Nếu chúng ta xem tư vấn là một việc gì đó máy móc hay mang tính chuyên môn thì chúng ta đã đánh mất bản chất thật của công tác chăm sóc linh hồn Cơ Đốc, vì về bản chất, chăm sóc linh hồn Cơ Đốc mang tính cá nhân và liên hệ sâu sắc. Đó là mối liên hệ được xây dựng xung quanh việc đối thoại và gặp gỡ chân thành.

Giai đoạn đầu tiên của tư vấn mục vụ có chiến lược, *gặp gỡ*, là buổi gặp đầu tiên giữa mục sư và người cần được giúp đỡ. Lúc này, mục tiêu của mục sư là thiết lập mối liên hệ cá nhân với người ấy, xác định ranh giới cho mối quan hệ tư vấn, làm quen với người đó và những mối quan tâm chính của người đó, đưa ra những lời chẩn đoán mục vụ và triển khai trọng tâm công việc cả hai đều đồng ý sẽ cùng thực hiện. Trong giai đoạn hai, *gắn bó*, mục sư và người tín hữu xăn tay áo bắt đầu công việc khó khăn của tư vấn. Việc này thường chiếm từ một đến ba buổi tiếp theo,[1] và bao gồm việc khám phá những cảm xúc, tư tưởng và khuôn mẫu hành vi của người tín hữu liên quan đến nan đề, đồng thời triển khai những quan điểm và chiến lược mới nhằm giải quyết hoặc thay đổi. Giai đoạn thứ ba và cuối cùng, *tách rời*, diễn ra trong một hoặc hai buổi tư vấn cuối cùng, bao gồm việc lượng giá sự tiến bộ và đánh giá những mối quan tâm còn tồn tại, chuyển giao để được tiếp tục giúp đỡ nếu cần và kết thúc mối quan hệ tư vấn. Các giai đoạn và nhiệm vụ này được tóm tắt ở bảng 5.

Bảng 5: Các Giai đoạn và Nhiệm vụ của Tư vấn Mục vụ Chiến lược

Giai Đoạn Gặp Gỡ:

---

1. Trong việc kết hợp các nhiệm vụ và giai đoạn với các buổi tư vấn, tôi cho rằng một tiến trình tư vấn phải có năm buổi. Tuy nhiên, trong thực tế, tư vấn mục vụ có chiến lược thường cần ít buổi hơn và thường kết thúc chỉ trong một hoặc hay buổi. Mặc dù mọi nhiệm vụ vẫn được giải quyết trong các buổi tư vấn rất ngắn gọn này, nhưng các giai đoạn diễn ra suôn sẻ.

Kết thân và xác định ranh giới

Khám phá những mối bận tâm chính và lịch sử liên quan

Chẩn đoán mục vụ

Đạt được mục tiêu cả hai bên đều đồng ý để tư vấn

Giai Đoạn Gắn Bó:

Khám phá những khía cạnh tình cảm, nhận thức và hành vi của nan đề và xác định những nguồn lực để xử lý hoặc thay đổi

Giai Đoạn Tách Rời:

Lượng giá tiến trình và đánh giá những mối bận tâm còn tồn tại

Sắp xếp một cuộc chuyển giao (nếu cần)

Kết thúc tư vấn.

Giai Đoạn Gặp Gỡ

Đôi khi từ *gặp gỡ* được dùng để chỉ một cuộc tiếp xúc bất ngờ hoặc tình cờ—ví dụ, một cuộc gặp gỡ tình cờ giữa hai người xa lạ trên chuyến xe lửa. Tuy nhiên, nghĩa này đã bỏ mất sự phong phú của khái niệm. Theo cách dùng của Buber (1965), một cuộc gặp gỡ ám chỉ đến việc gặp giữa hai người có liên hệ với nhau không phải như hai người xa lạ, mà như "bạn và tôi." Chính ý nghĩa mang tính cá nhân sâu sắc này mới diễn tả được giai đoạn đầu tiên của tư vấn mục vụ có chiến lược.

Nền tảng của một cuộc gặp mục vụ hữu ích nằm trong các phẩm chất cá nhân của mục sư. Có ba đặc tính đặc biệt quan trọng: thấu cảm, tôn trọng và tính chân thật.[2] Mặc dù đây là những đặc điểm mà tự thân chúng đã có giá trị nhưng trong tư vấn mục vụ có chiến lược, chúng không phải là mục tiêu mà là cứu cánh. Mục tiêu là mối liên hệ trong đó hai người gặp gỡ nhau trong sự tôn trọng và đối thoại để từ đó gia tăng sự chú ý và đáp ứng với Thánh Linh của Đức Chúa Trời, là bên thứ ba trong cuộc gặp gỡ ấy.

Dù sự thấu cảm, tôn trọng và tính chân thật là những cách liên hệ hiệu quả với người khác nhưng không đơn thuần là những kỹ thuật. Thấu cảm không phải là một việc làm. Đó không chỉ là một cách lắng nghe. Đúng hơn, thấu cảm là một thái độ cởi mở trước trải nghiệm của người khác và có thể được truyền đạt bằng cách phản hồi với người đó điều mình đã nghe. Tôn trọng là truyền đạt sự coi trọng sâu sắc về người khác. Một cách lý tưởng, trong sự tôn trọng không có xét đoán và chấp nhận có điều kiện. Tôn trọng không phải là không có những xét đoán mang tính cá nhân vì đó là phần quan trọng và không thể tránh khỏi trong hoạt động của con người. Tuy vậy, nó là kết quả của việc nhìn người anh em như Đức Chúa Trời nhìn—như một người mang ảnh tượng của Đức Chúa Trời và do đó là một người vô cùng có giá trị, dù ảnh tượng này đã bị hư hại, méo mó bởi tội lỗi. Cuối cùng, tính chân thật là trạng thái thành thật hay chân thành. Đó là nền tảng cho sự thấu cảm lẫn tôn

---

2. Rogers (1961) mô tả hay nền tảng này và Oden (1966) trình bày cái nhìn sâu sắc trên phương diện thần học về những phẩm chất trị liệu này.

trọng. Ba phẩm chất này cùng tạo nền tảng cho bất kỳ cuộc gặp gỡ mục vụ nào muốn trở thành một mối quan hệ tư vấn chân thật và hữu ích.

Như đã nói từ trước, cuộc gặp đầu tiên giữa mục sư tư vấn và người tín hữu thường diễn ra trước buổi tư vấn đầu tiên như một phần của khía cạnh nào đó trong chăm sóc mục vụ của mục sư. Dù khác biệt về mục đích và cấu trúc so với buổi tiếp xúc trước đó, nhưng cuộc gặp gỡ tư vấn vẫn được xây dựng trên điều đã diễn ra trước đó.

Kết Thân và Xác Định Ranh Giới

Những nhiệm vụ đầu tiên trong giai đoạn đầu của tư vấn mục vụ có chiến lược là kết thân và xác định ranh giới. Kết thân bao gồm việc làm cho người tín hữu cảm thấy dễ chịu bằng một vài phút trò chuyện tự nhiên bình thường. Một cách mục sư có thể dùng để thực hiện việc này là chú ý đến những điểm tương đồng giữa trải nghiệm của mình với kinh nghiệm của người tín hữu. Có thể có sự giống nhau về tuổi tác, sắc tộc hay bối cảnh địa lý, những lãnh vực về giáo dục hoặc sở thích. Nếu mục sư chưa biết người tín hữu thì một hoặc hai câu hỏi về nơi họ sinh sống, làm việc hay về bất cứ chuyện gì khác (trừ lý do vì sao người ấy đến xin tư vấn) là cách rất hay để tạo mối quan hệ ban đầu này.

Xem xét ví dụ sau về cách kết thân thông qua một cuộc trò chuyện tự nhiên:

Mục sư: Xin chào anh Smith. Tôi là Mục sư Brown. Rất vui được gặp anh. Mời anh vào văn phòng của tôi. Tôi thấy anh trong nhà thờ nhưng chưa chuyện trò lần nào ngoại trừ lúc anh gọi cho tôi để hẹn gặp. Anh sống trong khu vực này phải không?

Anh Smith: Vâng ạ, nhà chúng tôi ở ngay góc đường đi đến nhà thờ, nhưng chắc Mục sư không biết tôi vì chúng tôi mới từ New York chuyển đến đây ba tuần trước.

Mục sư: Vậy à? Tôi là người vùng này nhưng vợ tôi thì xuất thân ngay bên ngoài thành phố New York. Đây hẳn là một sự thay đổi lớn đối với các bạn.

Cuộc trò chuyện sơ bộ kiểu này không nên kéo dài quá năm phút, thường nên giữ khoảng từ hai đến ba phút, và không phải lúc nào cũng cần thiết. Một số người sẵn sàng kể ngay câu chuyện của họ và trong trường hợp ấy, không cần một cuộc trò chuyện ngắn. Họ đã kết thân với mục sư rồi.

Xác định ranh giới bao gồm việc truyền đạt mục đích và thời lượng của buổi tư vấn đầu tiên và các buổi tiếp theo, trong trường hợp mục sư chưa thực hiện việc đó. Việc này có thể được thực hiện với lời giải thích đơn giản như sau:

Mục sư: Tôi đã dành thì giờ tiếp theo cho anh, và chúng ta có thể sử dụng bao nhiêu tùy anh. Tôi hy vọng là cuối buổi tư vấn này tôi sẽ hiểu được ít nhiều lý do anh đến gặp tôi và chúng ta sẽ xem có cần gặp lại nhau hay không. Nếu chúng ta đều muốn gặp lại nhau, thì tôi mong anh hiểu tôi tư vấn tối đa trong năm buổi. Nhưng chúng ta sẽ bàn về việc này sau. Lần này anh có thể bắt đầu bằng cách cho tôi biết vì sao anh muốn đến nói chuyện với tôi.

Nếu các giới hạn về thời gian (gồm cả thời gian của các buổi tư vấn) được định trước buổi gặp đầu tiên thì mục sư có thể bắt đầu bằng câu cuối cùng ở trên. Cụm từ "lần này" quan trọng vì nó hướng người tín hữu đến cái được gọi là vấn đề hiện tại và khuyến khích tính cụ thể. Tại đây, mục sư không quan tâm đến lịch sử những mối bận tâm của người tín hữu, mà chỉ quan tâm đến những biểu hiện tức thời và hiện tại. Mục sư muốn biết người tín hữu hy vọng, hay cần gì và vì sao người ấy muốn được tư vấn.

Khám Phá Những Mối Quan Tâm Chính và Lịch Sử Liên Quan

Mời người tín hữu cho biết nguyên nhân nào đưa người ấy đến với buổi tư vấn này là một sự chuyển tiếp quan trọng giúp dẫn nhập vào câu chuyện họ muốn kể. Điều đó cũng cho thấy mục sư chịu trách nhiệm về những chuyển tiếp này. Đôi lúc các mục sư tư vấn lo ngại rằng chuyển tiếp phải suôn sẻ, suôn sẻ đến mức người tín hữu không nhận ra rằng có người đang điều khiển cuộc trò chuyện. Đây là sự hiểu lầm nghiêm trọng về bản chất tư vấn. Chuyển tiếp là điều cần thiết, được người tín hữu mong đợi, là trách nhiệm của mục sư và không nhất thiết phải được trình bày cách suôn sẻ như người dẫn chương trình. Tất cả những gì cần nói là "Nào, hãy kể cho tôi nghe về điều này... điều nọ."

Trong suốt buổi tư vấn hoặc ngay sau khi kết thúc, mục sư tư vấn nên ghi lại lời người tín hữu giải thích lý do nào họ đến gặp mục sư lúc này. Ghi lại càng chính xác những từ người tín hữu ấy dùng càng tốt. Vì nhiều lý do khác nhau, câu nói mở đầu về các mối quan tâm thường là một trong những điều khó nhất mà mục sư phải nhớ nhưng cũng là điều quan trọng nhất. Mục sư phải lưu tâm đến cách người tín hữu hiểu vấn đề và sự giúp đỡ họ mong đợi. Nói như vậy không có nghĩa là những vấn đề này sẽ không thay đổi theo thời gian. Tuy nhiên, nếu có, thì mục sư nên nhận biết sự thay đổi ấy. Chọn lựa ít mong đợi là vì quên mất những mối quan tâm ban đầu, nên mục sư chỉ đi lệch theo suy nghĩ riêng mình về điều người tín hữu cần.

Khi người tín hữu tâm sự chuyện của họ, công việc của mục sư là lắng nghe một cách cẩn thận và thấu cảm. Lắng nghe cẩn thận cũng bao gồm việc cố gắng hiểu trải nghiệm bên trong của người tín hữu, được truyền đạt bằng lời lẫn không lời. Dịu dàng thăm dò và nhắc lại điều đã nghe là kỹ năng truyền thông thứ yếu nhưng cũng quan trọng. Chúng được xây trên nền tảng của lắng nghe cách thấu cảm và khích lệ người tín hữu tiếp tục tự khám phá và bày tỏ.

Sau khi nghe người tín hữu nói về điều họ hiện đang quan tâm, thường thì mục sư sẽ thấy hữu ích khi có được cái nhìn ngắn gọn mang tính lịch sử về những mối quan tâm lẫn con người. Dành từ mười đến mười lăm phút để khám phá và phát triển các mối bận tâm và những nỗ lực nhằm giải quyết hay tìm kiếm sự giúp đỡ của người ấy. Đây cũng là lúc quan trọng để tìm hiểu về đời sống hiện tại cùng cách sắp xếp trong gia đình cũng như tình trạng công việc và giáo dục của người ấy. Đặt những câu hỏi về các vấn đề này khiến người tín hữu biết rằng mục sư lưu tâm đến họ như một con người chứ không như một vật chứa đầy vấn đề. Hầu hết mọi người rất vui lòng chia sẻ những thông tin loại này.

Việc khám phá những khía cạnh rộng hơn về bối cảnh của người tín hữu phải tập trung và được định hướng. Để thực hiện trong vòng mười đến mười lăm phút, mục sư có thể phải cắt ngang cuộc trò chuyện và chừa lại một số lĩnh vực chưa được khám phá. Một số vấn đề có thể được lưu ý để làm đề tài điều tra trong tương lai, và mục sư có thể nói với người tín hữu về điều đó. Nhưng nhiều điều khác phải bị bỏ qua. Định hướng cho một cuộc đối thoại có nghĩa là tập trung vào những vấn đề nào đó và bỏ qua những cái khác. Đây là kỹ năng thiết yếu mà những mục sư tư vấn chiến lược phải học.

Mạch tổ chức cho phần bối cảnh và lịch sử của buổi tư vấn đầu tiên phải là nan đề hiện tại. Thí dụ, nếu nan đề hiện tại liên quan đến xung đột trong hôn nhân thì lịch sử của cuộc hôn nhân hiện tại và bất kỳ cuộc hôn nhân nào trước phải là trọng tâm. Nếu nan đề hiện tại là nỗi đau liên quan đến một sự mất mát gần đây, thì phải khảo sát lịch sử về sự gắn bó và mất mát.

Lắng nghe để hiểu và biết về người tín hữu là mục tiêu của buổi tư vấn đầu tiên. Về mặt này, buổi tư vấn đầu không nên quá tập trung vào nan đề hiện tại, e rằng đến cuối buổi tư vấn mục sư biết nhiều về nan đề nhưng lại gần như không hiểu gì về người đang gặp nan đề. Cần phải quân bình giữa việc tập trung vào nan đề và con người. Tập trung vào nan đề thì dễ nhưng cũng cần phải biết ít nhiều về những thế mạnh của người tín hữu nếu muốn việc tư vấn đạt hiệu quả. Tiếp theo cần phải duy trì sự quân bình giữa hiện tại và quá khứ. Sự quân bình ấy là cần thiết nếu mục sư muốn biết những chuyện trong quá khứ đủ để hiểu đúng về người tín hữu đó trong hiện tại.

Chẩn Đoán Mục vụ

Khái niệm chẩn đoán chủ yếu liên quan đến y học. Tuy nhiên, nghĩa đen và lịch sử sử dụng của từ này cho thấy rõ nhiệm vụ chẩn đoán cũng là một phần thích hợp và thiết yếu trong tư vấn mục vụ.

Trong một quyển sách rất hay nhan đề "*The Minister as Diagnostician*" (Mục sư là người Chẩn đoán), Pruyser nói rằng nhiệm vụ đầu tiên của một người muốn giúp người gặp nan đề là xác định nan đề ấy (Pruyser 1976). Xác định và đặt tên nan đề là một hành động chẩn đoán, và mục sư phải thực hiện việc ấy cách chắc chắn như bác sĩ vậy. Pruyser định nghĩa chẩn đoán là "hiểu đúng thực tế sự việc để làm điều đúng đắn" (30). Vậy, chẩn đoán là hành động của nhận thức, và cuối giai đoạn tư vấn đầu tiên sẽ luôn có một đánh giá mang tính chẩn đoán—hoặc ngụ ý hoặc tỏ tường. Tư vấn mục vụ có trách nhiệm bao gồm việc đưa ra một đánh giá mang tính chẩn đoán đúng đắn về bản chất của nan đề. Một đánh giá chẩn đoán ngầm chắc chắn cũng dẫn dắt buổi tư vấn như một đánh giá công khai. Tuy nhiên, thuận lợi của cái thứ hai là luôn có sẵn để nghiên cứu và liên tục lượng giá lại.

Nhưng chẩn đoán mục vụ phải tiến hành dựa trên những tiêu chuẩn hay sự sắp xếp mang tính khái niệm nào? Cho rằng tư vấn mục vụ rất giống với tư vấn tâm lý, nhiều mục sư tư vấn thấy sự phân loại tiêu chuẩn của bệnh rối loạn tâm thần và tâm lý cũng phù hợp với họ. Do đó, dù không thực hiện một đánh giá toàn diện về tâm thần hay tâm lý học, thì họ vẫn lấy những hiểu biết tiêu chuẩn trong chữa bệnh làm những điểm tham khảo mang tính khái niệm để xác định vấn đề. Chẳng hạn, họ có thể cảm thấy họ đã thực hiện một bản đánh giá mục vụ và sẵn sàng đi đến tư vấn mục vụ sau khi đã nhận biết một người đang có khuynh hướng tự yêu mình, đang gặp rắc rối với cơn giận bị đè nén, hay đang trải qua sự xung đột vô thức về những khao khát lệ thuộc. Tuy nhiên, tôi phải nói rằng mặc dù những khái niệm tâm lý này có thể hữu ích khi đánh giá mục vụ, nhưng bản thân chúng không cung cấp một sự chẩn đoán mục vụ có ý nghĩa.

Chẩn đoán mục vụ phải liên quan chủ yếu đến những mục tiêu thuộc linh trong tư vấn mục vụ. Do đó, chẩn đoán cần có trong giai đoạn tư vấn đầu tiên bao gồm một đánh giá về tình trạng thuộc linh của người đó. Trong khi điều này liên hệ mật thiết với tình trạng tâm lý của một người, thì việc sử dụng độc quyền các phạm trù và khái niệm tâm lý lại gây khó khăn cho việc mô tả thích đáng tình trạng sức khỏe hay bệnh học của người đó. Do vậy, điều chúng ta cần là các phạm trù dùng để mô tả chức năng thuộc linh của một người.

Pruyser đã cung cấp bước thăm dò đầu tiên trong việc phát triển các phạm trù mà mục sư tư vấn dùng để đánh giá chức năng thuộc linh (1976). Ông đưa ra bảy chiều kích chính của kinh nghiệm liên quan đến sự hiểu biết về chức năng thuộc linh của một người: nhận thức về sự thánh khiết, ý thức về sự quan phòng thiêng liêng, bản chất của đức tin, ý thức về ân điển thánh, ý thức về sự ăn năn tội, ý thức về sự tương thông với người khác và ý thức về thiên hướng.

Trong khi nhiều mục sư thấy khung chẩn đoán mục vụ này rất hữu ích thì Malony (1985, 1988) chỉ ra rằng tính hữu ích của nó sẽ thêm lên nếu nó mang tính Cơ Đốc rõ ràng hơn nữa. Ông đề nghị khởi đầu bằng định nghĩa về sự trưởng thành tôn giáo Cơ Đốc và từ đó đưa ra khung đánh giá sức khỏe thuộc linh. Vì vậy, điểm xuất phát của ông là định nghĩa sau đây về sự trưởng thành tôn giáo Cơ Đốc:

Cơ Đốc nhân trưởng thành là những người có nhân thân, liêm chính và cảm hứng. Họ có "nhân thân" ở chỗ tự nhận biết rằng mình là con cái của Đức Chúa Trời—được Ngài dựng nên và được dành riêng để sống theo một kế hoạch thiêng liêng. Họ có "tính liêm chính" ở chỗ họ sống mỗi ngày với nhận thức rằng họ được cứu chuộc khỏi tội lỗi bởi ân điển của Đức Chúa Trời và rằng họ có thể tự do đáp ứng với ý muốn của Đức Chúa Trời trong hiện tại. Họ có "cảm hứng" ở chỗ họ sống với ý thức rằng Đức Chúa Trời sẵn sàng duy trì, yên ủi, khích lệ và dẫn dắt đời sống họ mỗi ngày. Những chiều kích của sự trưởng thành này liên quan đến niềm tin nơi Đức Chúa Cha, Đức Chúa Con và Đức Thánh Linh. Chúng gắn liền với các tín lý Cơ Đốc về sự sáng tạo, cứu chuộc và thánh hóa. Chúng là nền tảng cho nếp sống hằng ngày. (Malony 1985, 28).

Dựa vào sự hiểu biết về chức năng Cơ Đốc tối ưu và xây dựng trên công trình của Pruyser, Malony đưa ra tám lĩnh vực chức năng cá nhân cần đánh giá khi lượng giá sức khỏe tôn giáo Cơ Đốc. Tám chiều kích này được tóm tắt ở bảng 6 và làm cơ sở cho "cuộc phỏng vấn tình trạng tôn giáo" có cấu trúc của ông.

Bảng 6: Các Chiều Kích của Chẩn Đoán Mục Vụ

Nhận thức về Đức Chúa Trời

Chấp nhận ân điển của Đức Chúa Trời

Ăn năn và trách nhiệm

Đáp ứng sự lãnh đạo của Đức Chúa Trời

Gắn bó với hội thánh

Kinh nghiệm mối thông công

Đạo đức

Cởi mở trong niềm tin

Phỏng theo Malony (1988)

Khi nói nhận thức Đức Chúa Trời, Malony muốn nói đến thái độ của một người đối với Đức Chúa Trời. Điều này bao gồm mức độ kính sợ hay ý thức về "thân phận tạo vật" người đó cảm nhận trong mối liên hệ với Chúa, mức độ lệ thuộc vào Chúa, bản chất và chất lượng mối tương giao giữa một người với Chúa Giê-xu, trải nghiệm thờ phượng, thói quen và kinh nghiệm của người đó trong sự cầu nguyện.

Chiều kích thứ hai—chấp nhận ân điển của Đức Chúa Trời—bao gồm mức độ hiểu biết và kinh nghiệm sự nhân từ và tình yêu vô điều kiện của Đức Chúa Trời. Chiều kích này bao gồm cách một người kinh nghiệm phản ứng của Đức Chúa Trời đối với tội lỗi và cách họ hiểu vai trò của Chúa trong nỗi đau đớn cá nhân, kinh nghiệm tình yêu và đáp ứng với sự tha thứ của Ngài.

Chiều kích thứ ba của chẩn đoán mục vụ liên hệ đến sự ăn năn và trách nhiệm. Điều này bao gồm sự hiểu biết của một người về nguyên nhân của những nan đề trong đời sống, động cơ ăn năn, trải nghiệm việc cầu xin và đón nhận sự tha thứ, và mức độ chịu trách nhiệm đối với những cảm xúc và hành vi cá nhân.

Chiều kích thứ tư bao gồm mức độ tin cậy, hy vọng và sống theo sự hướng dẫn của Chúa trên đời sống. Chiều kích này bao gồm cách một người đưa ra những quyết định quan trọng, cách suy nghĩ về tương lai và cách niềm tin liên hệ với những vai trò của người ấy trong gia đình, nơi công sở và trong cộng đồng.

Chiều kích thứ năm tập trung vào sự gắn bó của một người đối với hội thánh. Theo Malony, điều này bao gồm cả chất và lượng của sự gắn bó cũng như động cơ của người ấy. Chiều kích này cũng bao gồm sự đóng góp tài chính cá nhân người đó.

Chiều kích thứ sáu—trải nghiệm mối thông công—bao gồm mức độ thân thiết của một người với các Cơ Đốc nhân khác, nhận biết bản thân là con cái của Đức Chúa Trời và gia nhập với tất cả nhân tính. Bản chất các mối quan hệ trong và ngoài hội thánh của người đó là tâm điểm khám phá chính của chiều kích này.

Chiều kích thứ bảy—đạo đức—không đơn giản tập trung vào điều người đó tin mà còn vào cách niềm tin ấy thể hiện qua hành động, bao gồm việc đưa ra những quyết định mang tính đạo đức, cách niềm tin ảnh hưởng đến ý thức đúng sai, và những vấn đề đạo đức hiện tại mà cá nhân người đó quan tâm.

Chiều kích cuối cùng là cởi mở trong niềm tin. Qua chiều kích này Malony muốn nói đến mức độ tăng trưởng thuộc linh và cởi mở với hành trình đức tin. Phạm trù này bao gồm những vấn đề liên quan đến sự cởi mở đối với những quan điểm bất đồng, cách niềm tin tác động đến những khía cạnh khác của đời sống và cam kết tăng trưởng và phát triển niềm tin cá nhân.

Khi được thực hiện dưới hình thức phỏng vấn có kế hoạch về tình trạng tôn giáo, phương pháp chẩn đoán mục vụ gồm 33 câu hỏi mở và cần khoảng một tiếng đồng hồ. Vì hầu hết các ứng dụng của tư vấn mục vụ có chiến lược không cho phép dành một thời lượng như vậy cho việc chẩn đoán, nên việc sử dụng chính thức loại phỏng vấn này không được khuyến khích. Tuy nhiên, khung này có thể được chỉnh sửa bởi những người muốn có một đánh giá mục vụ ngắn, không trang trọng, và nhiều mục sư cho biết hình thức này hữu ích.

Không nên dùng những chiều kích chẩn đoán mục vụ của Malony như một bản liệt kê các mục cho buổi tư vấn đầu tiên. Trước hết, chúng là khung sườn để lắng nghe và suy ngẫm; còn việc chúng là những câu hỏi để hỏi chỉ là thứ yếu. Một cách để tiến hành đánh giá về chức năng thuộc linh là qua lịch sử tôn giáo. Các bác sĩ thường ghi lại bệnh sử, còn các bác sĩ tâm lý ghi lại lịch sử tâm lý. Hỏi về sự dưỡng dục và hành trình tôn giáo của người đến xin tư vấn chỉ thích hợp cho mục sư. Có thể dùng những phạm trù của Malony hay những cách đánh giá hữu ích về sức khỏe thuộc linh của cá nhân để tìm hiểu lĩnh vực chung về chức năng tôn giáo này.

Vì tính ưu việt của bản đánh giá và sự thuận lợi của hoạt động thuộc linh trong tư vấn mục vụ có chiến lược, việc lượng giá sức khỏe thuộc linh phải dựa trên khả năng phân biệt giữa sự tin đạo lành mạnh và không lành mạnh.[3] Những câu hỏi sau, phỏng theo những câu hỏi của Clinebell

---

3. Sự thật đáng tiếc là đối với một số người, tôn giáo không phải là lực tăng trưởng, giải phóng và chữa lành. Ngược lại, đức tin và thực hành tôn giáo của họ pha trộn với bệnh lý học của họ và thật sự hoạt động như những động lực có tính hủy phá trong nhân cách. Các nhà tâm lý học biết rõ động lực này, và lý do phần lớn những điều họ nói về tôn giáo đều tiêu cực là vì nhiều người họ gặp có các hình thức tôn giáo bệnh hoạn. Phần trình bày kinh điển về những hình thức tôn giáo khác nhau này có trong James (1902). Những phần trình bày gần đây hơn có thể được tìm thấy trong Oates (1970) và Hill (1999).

(1984), có thể giúp mục sư đánh giá tổng quát sức khỏe niềm tin và thói quen tôn giáo của một người:

- Chúng có cung cấp cho con người một triết lý sống lành mạnh và có ý nghĩa không?

- Chúng có cung cấp một hệ thống các giá trị như những chỉ dẫn về đạo đức cho hành vi không?

- Chúng có cung cấp kinh nghiệm về tính ưu việt cá nhân (self-transcendence) không?

- Chúng có truyền sự yêu đời không?

- Chúng có mang lại một sự đổi mới trong ý thức của một người về niềm tin cơ bản không?

- Chúng có cung cấp cho con người một kinh nghiệm tích cực về cộng đồng không?

- Chúng có làm gia tăng sự chấp nhận bản thân và ý thức tích cực về giá trị bản thân không?

- Chúng có nâng cao khả năng từ chối bản thân và sự hy sinh vị tha không?

- Chúng có khuyến khích năng lực sống động về giới tính và sự quyết đoán để được sử dụng cách chắc chắn, có trách nhiệm hơn là thô bạo hay hủy hoại không?

- Chúng có làm tăng hy vọng không?

- Chúng có khuyến khích việc chấp nhận thực tế không?

- Chúng có cung cấp phương tiện để đi từ tội lỗi sang phục hòa và tha thứ không?

- Chúng có khuyến khích sự phát triển sáng tạo và cá nhân hóa niềm tin cùng các giá trị không?

- Chúng có làm tăng tính nhạy cảm đối với sự bất công và thúc đẩy con người hành động hướng đến sự công bình không?

- Chúng có cung ứng cách thức đối mặt với những mất mát không thể tránh được trong cuộc sống, kể cả sự chết của chính mình không?

- Chúng có làm tăng nhận thức và cảm kích về những điều mầu nhiệm trong cuộc sống không?

- Chúng có khuyến khích sự sinh động, niềm vui và sự thích thú gia tăng đối với cuộc sống không?

- Chúng có mang lại sự thay đổi trong nhận thức về việc mình là một phần trong vũ trụ không?

- Chúng có khuyến khích sự thuận phục tin cậy đối với Đức Chúa Trời và một đời sống đức tin trong và lệ thuộc vào Ngài không?

- Chúng có kết hợp tất cả những khía cạnh của cá tính, đem toàn bộ hoạt động cá nhân đặt dưới sự hướng dẫn của những cam kết tôn giáo căn bản không?

Dù danh sách này không phải là khung toàn diện để lượng giá sức khỏe hoạt động thuộc linh của con người nhưng nó gợi ý một vài thông số cho việc đánh giá ấy. Cần nhắc lại một lần nữa cho rõ rằng, đây không nhất thiết là những câu dùng để hỏi mà là những câu giúp định hướng cho mục sư khi lắng nghe. Mục sư nào dùng những câu hỏi này để lắng nghe tín hữu tâm sự chắc chắn sẽ có được nhận thức về cách niềm tin của một người chi phối họ đến đâu. Với bản đánh giá này mục sư sẽ có thể nhận biết những phương cách dùng trong các buổi sau nhằm nâng cao những phẩm chất đem lại sự lành mạnh cho niềm tin và đời sống trong Đấng Christ.

Đạt Được Một Mục Tiêu Cả Hai Cùng Đồng Ý cho Việc Tư Vấn

Như đã đề cập từ trước, tư vấn mục vụ có chiến lược đòi hỏi mục sư và người tín hữu đồng ý với nhau về nan đề hay mối bận tâm cơ bản sẽ là trọng tâm chính để họ làm việc với nhau. Thường thì đây là điều hiển nhiên và người tín hữu nắm rõ điều này ngay. Ví dụ: "thưa Mục sư, vợ tôi bỏ tôi để theo một người khác, và tôi suy sụp quá!" gần như cho biết chắc chắn vấn đề chính là gì. Mặt khác, một vài tín hữu có thể trình bày một loạt tràng giang những mối bận tâm và thắc mắc trong buổi đầu tiên. Mục sư và tín hữu sau đó phải nhận định và thỏa thuận về mục tiêu chính.

Sau đó, họ cần quyết định các mục tiêu tư vấn. Có lúc những mục tiêu ấy khá cụ thể (ví dụ: đưa ra một quyết định sau khi đã hiểu rõ về việc đổi một công việc tiềm năng) nhưng cũng có lúc những mục tiêu ấy khá rộng (ví dụ: đối phó với một căn bệnh). Từ các ví dụ trên ta thấy một số mục tiêu mô tả một điểm kết thúc, trong khi số khác sẽ mô tả một quá trình. Duy trì sự linh động trong cách hiểu các mục tiêu là điều cần thiết nếu muốn tư vấn mục vụ có chiến lược trở nên hữu ích trong những tình huống đa dạng mà mục sư gặp phải. Phương pháp phải thích hợp với các cách tư vấn khác nhau của mục sư cũng là điều quan trọng.

Tóm lại, tư vấn mục vụ có chiến lược đòi hỏi một trọng tâm cụ thể, nhưng mục tiêu thì không cần. Nói cách khác, mục sư và tín hữu cần đồng ý với nhau về điều họ sẽ thực hiện mà không nhất thiết phải cam kết đạt được một kết quả cụ thể nào. Điều này trái ngược với một số phương pháp tư vấn ngắn hạn đòi hỏi những mục tiêu về hành vi có thể đo lường được (Thomas 1999).

Cuộc trò chuyện sau đây minh họa quá trình xác định trọng tâm và mục tiêu với một người gặp khó khăn trong việc xác định cụ thể điều cô muốn. Trong nửa phần đầu của buổi tư vấn đầu tiên, Diane đưa ra hàng loạt những điều làm cô bận lòng, gồm có mối quan hệ giữa cô với bố mẹ, cảm giác gần đây của cô là Đức Chúa Trời hình như không còn nghe lời cầu nguyện của cô nữa, xung đột với bạn cùng phòng và những câu hỏi về định hướng nghề nghiệp. Khi mục sư hỏi cô muốn họ tập trung vào điều gì thì cô bảo cô không thể quyết định được vì cả bốn lĩnh vực đều quan trọng như nhau. Cô cũng trình bày mối lo lắng về giới hạn năm buổi và nói rằng cô không nghĩ mình sẽ nhận được sự giúp đỡ cô cần trong một thời gian ngắn như vậy. Mục sư trả lời như sau:

Mục sư: Diane, có thể cô nói đúng. Có thể cô cần được giúp đỡ nhiều hơn điều tôi có thể giúp cô. Nhưng chúng ta chưa thể biết chắc điều đó khi chưa hết năm buổi tư vấn. Tuy nhiên, mặt khác, nếu chúng ta có thể tập trung vào một khía cạnh cụ thể của đời sống cô, có thể cô sẽ thấy bất ngờ về sự giúp đỡ mình nhận được. Tôi biết tất cả những điều đó dường như quan trọng như nhau nhưng có lẽ cô nên dành chút thời gian để suy nghĩ về chúng trong tinh thần cầu nguyện. Cô không cần quyết định ngay hôm nay. Chúng ta có thể dừng ở đây và hoàn tất buổi đầu tiên này vào tuần tới cũng giờ này, nếu điều đó cho cô cơ hội suy nghĩ về điều quan trọng nhất hiện giờ đối với cô.

Diane: Vâng, nếu bà đã nói vậy thì tôi nghĩ nếu tôi phải tập trung vào một điều thì đó chính là cảm giác Đức Chúa Trời đã bỏ rơi tôi. Có thể nếu tôi cảm thấy tốt hơn về mối tương giao với Chúa, thì tôi sẽ thấy ổn trong mối quan hệ với bố mẹ tôi và với bạn cùng phòng của tôi. Nhưng nếu vậy thì chẳng lẽ tất cả những gì chúng ta nói đến chỉ là về Đức Chúa Trời thôi sao?

Mục sư: Không, không phải vậy đâu. Nhưng nếu mối tương giao với Chúa của cô đã thay đổi theo một vài hướng quan trọng và nếu đó là điều cô quan tâm thì chúng ta hãy bắt đầu từ chỗ đó và xem thử nó sẽ dẫn chúng ta đến đâu. Nếu chúng ta quyết định thay đổi trọng tâm, thì chúng ta có thể thay đổi nhưng tốt hơn ta nên đồng ý về điểm bắt đầu.

Sao cô không dành ít phút để kể cho tôi thêm về điều gì đã thay đổi và cô muốn thay đổi điều gì.

Bình luận: Qua một vài buổi tiếp theo, Diane tiếp tục gặp rắc rối với việc duy trì trọng tâm và Mục sư của cô phải làm việc vất vả hơn bình thường để giúp cô đi đúng hướng. Trong khi tìm hiểu mối tương giao của cô với Chúa, họ nhiều lần đề cập đến các mối quan hệ khác—thường là bằng cách so sánh với điều cô tìm kiếm nơi Đức Chúa Trời. Nhưng trên thực tế, mối tương giao giữa Diane với Chúa chính là mạch chính cho bốn buổi làm việc của họ. Khi kết thúc buổi cuối cùng Diane đồng ý với Mục sư rằng cô đã nhận được nhiều hơn tất cả những gì cô mong đợi và ước ao trong lúc này.

Giai Đoạn Gắn Bó

Giai đoạn thứ hai của tư vấn mục vụ có chiến lược bao gồm sự tham gia của mục sư và người tìm kiếm sự giúp đỡ xoay quanh những nan đề đã đem họ đến với nhau. Đây là trọng tâm của tiến trình tư vấn.

Chữ *gắn bó* nhấn mạnh thực tế rằng bây giờ mục sư liên hệ sâu hơn với người đó khi xử lý các nan đề. Tư vấn Cơ Đốc chân thật không phải chỉ là những lời khuyên từ bên ngoài. Tư vấn mục vụ luôn mang tính hiện thân; nghĩa là, mục sư đến với người cần giúp đỡ và sẵn sàng để người đó sử dụng mình, thậm chí đôi khi còn bị lợi dụng, trong quá trình tư vấn.[4] Tư vấn không chỉ mang tính cá nhân mà còn tổn hại đến mục sư. Nhưng nếu tìm kiếm sự an toàn bằng cách đứng ngoài hay trốn trong vỏ bọc khách quan thì gần như chẳng giúp đỡ được gì nhiều.

Điều quan trọng cần lưu ý là giai đoạn hai này có thể khởi đầu thuận lợi ngay trong buổi đầu tiên. Không nên hiểu khuôn mẫu này một cách cứng nhắc hay máy móc. Nếu hoàn tất các mục tiêu của giai đoạn một trong thời gian còn lại của buổi đầu tiên thì mục sư có thể bắt đầu các nhiệm vụ trong giai đoạn hai. Tuy nhiên, một khi các nhiệm vụ của giai đoạn một đã xong, những gì liên quan đến giai đoạn hai trở thành trọng tâm chính.

Trong giai đoạn tham gia có hai nhiệm vụ chính: (1) Tìm hiểu những tình cảm, tư tưởng và kiểu hành vi liên quan đến vấn đề trọng tâm, và (2) triển khai những quan điểm và chiến lược mới nhằm giải quyết hoặc thay đổi. Đến lúc này, mục sư và tín hữu đã làm việc tích cực với nan đề của người tín hữu. Mặc dù trong buổi đầu tiên họ ngồi đối diện nhau và thiết lập mối quan hệ tin cậy thì trong giai đoạn hai họ đứng bên nhau, cùng đối diện với những nan đề của người tín hữu. Mục sư đến bên cạnh người tín hữu đúng y theo cách mà danh từ tiếng Hy Lạp trong Tân Ước *paraklēsis* chuyển tải. Từ này, dù ở dạng danh từ hay động từ, đều nói đến hành động đồng đi bên cạnh ai đó để hỗ trợ. Chính Đức Chúa Trời được mô tả là "Đức Chúa Trời của mọi

---

4. Xem Benner (1983) để biết chi tiết về quan điểm hiện thân của tư vấn.

sự đến bên cạnh" (2 Cô-rinh-tô 1:3, bản dịch của tác giả) hay, theo bản dịch thông thường, "Đức Chúa Trời ban mọi sự yên ủi." Đây là gương mẫu của mục sư tư vấn.

Dù những cảm xúc, tư tưởng và hành vi của người đó thường quấn vào nhau, nhưng sự tập trung có chọn lọc vào từng lĩnh vực bảo đảm rằng mỗi lĩnh vực đều được bàn đến cách thỏa đáng. Phương pháp đó cũng bảo đảm rằng tất cả các động lực thiết yếu của hoạt động tâm-lý-thuộc linh đều được xem xét. Vì cảm xúc, tư tưởng và hành vi liên hệ mật thiết với nhau, nên việc chọn điểm khởi đầu hơi tùy hứng. Tuy nhiên, tìm hiểu cảm xúc thường là khởi điểm tốt nhất và nhìn chung sau đó nên có một sự xem xét theo thứ tự về tư tưởng và hành vi liên quan đến những cảm xúc ấy.

Tìm Hiểu Cảm Xúc

Lý do nên bắt đầu với cảm xúc là vì đây là chỗ người ta thường bắt đầu khi đến gặp nhà tư vấn. Mục sư thường thấy trước hết nơi người đến xin tư vấn những cảm xúc như giận dữ, bối rối, sợ hãi, tổn thương, lo lắng, lãnh đạm hoặc buồn chán. Những cảm xúc này thường khiến mục sư bối rối, và cường độ hay sự dai dẳng của chúng có thể gây hoang mang và lo lắng. Vì cớ đó, phản ứng tự nhiên của mục sư là tránh tập trung vào những cảm xúc này.

Một lý do khác mà đôi khi các mục sư tránh tìm hiểu về cảm xúc là có thể người tín hữu dường như bị cảm xúc lấn át và việc né tránh cảm xúc—ít nhất tạm thời—là điều tốt nên làm. Nhưng cảm xúc càng tránh nói đến thì càng mạnh mẽ. Tìm hiểu người tín hữu đang trải nghiệm điều gì luôn luôn thích hợp hơn là cố tránh những chuyện không vui. Do đó, tìm hiểu cảm xúc gần như luôn là khởi điểm tốt nhất.

Một số mục sư tư vấn đánh giá thấp việc tìm hiểu cảm xúc trong công tác của mình như một cách phản ứng đối với điều họ nhận thấy là nhấn mạnh quá mức đến cảm xúc trong tâm lý—ít ra là tâm lý chung mà họ quen thuộc. Có thể họ đã đọc về những lời khuyên chúng ta tin vào cảm xúc như một điều chỉ dẫn những việc chúng ta nên làm hoặc tự do bày tỏ cảm xúc. Nhưng khi thoái lui trước văn hóa cảm xúc này, họ thường phản ứng quá mạnh.

Nguyên nhân của việc này thường nằm ở chỗ không hiểu thần học và tâm lý học về cảm xúc. Hiểu biết chính xác về cảm xúc phải bắt đầu với câu chuyện sáng tạo trong Kinh thánh. Đức Chúa Trời đã dựng nên loài người theo hình Ngài và tuyên bố điều đó là tốt lành. Cảm xúc là một phần trong sự sáng tạo tốt lành đầu tiên này chứ không phải là hậu quả của sự sa ngã. Điều này có nghĩa cảm xúc là một phần của Đức Chúa Trời, một điều được bày tỏ vô cùng rõ ràng trong Kinh thánh. Đức Chúa Trời buồn rầu (Sáng 6:5–6), nổi giận (Phục 13:17), vui thích (Thi 149:4), và rất nhiều những cảm xúc khác. Chúa Giê-xu cũng trải nghiệm sự đau buồn (Giăng 11:35), vui mừng (Giăng 15:11), buồn bực (Lu-ca 19:41–42), và yêu thương (Giăng 14:31). Trên thực tế, cảm xúc tiêu biểu cho Chúa chúng ta đến nỗi Ngài được gọi là Người Đau Khổ.

Cũng như tất cả các khía cạnh khác trong nhân cách con người, cảm xúc chịu ảnh hưởng của tội lỗi. Điều này có nghĩa là tự chúng cũng chẳng phải người dẫn đường cho hành vi đáng tin cậy gì hơn lý trí hay các khía cạnh khác trong bản chất của chúng ta. Bày tỏ cảm xúc có thể là điều tôn kính Chúa hoặc là điều tội lỗi. Nhưng lo ngại về điều thứ hai không phải là cớ để đè nén cảm xúc. Thực ra, kiểu đè nén cảm xúc như thế không chỉ gây ra nhiều vấn đề tâm lý mà còn nên bị xem là tội lỗi, vì xâm phạm đến thiết kế và trật tự sáng tạo. Cảm xúc được ban cho nhằm làm cuộc sống thêm phong phú và tiếp sinh lực cho hành vi. Chúng được định để làm chất xúc tác cho hành động. Mặc dù không thể chỉ làm bất cứ điều gì chúng ta muốn làm, nhưng chúng ta phải để ý đến cảm xúc nếu muốn toàn vẹn. Chỉ khi biết và làm chủ cảm xúc, chúng ta mới có phản ứng thích hợp.

Thật lạ là đè nén cảm xúc lại là đặc điểm của Cơ Đốc nhân. Chúa Giê-xu dễ xúc động hơn nhiều Cơ Đốc nhân bảo thủ đương thời, và như vậy Ngài cũng là một gương mẫu về sức khỏe và sự trưởng thành tâm lý. Trong các tôn giáo trên thế giới, chỉ có Cơ Đốc Giáo mang đến một quan điểm lành mạnh về cảm xúc. Trái ngược với phái Khắc Kỷ, xem cảm xúc là phi lý và phái Hưởng Lạc đồng ý rằng cảm xúc là không thể tránh được. Chúa Giê-xu đưa ra một gương quân bình trong việc bày tỏ cảm xúc. Hơn nữa, Kinh thánh vừa xác nhận việc bày tỏ cảm xúc (chẳng hạn xem sách Thi Thiên) vừa nói về và qua cảm xúc của chúng ta. Khi đọc bằng tấm lòng chứ không chỉ bằng tâm trí, Kinh thánh có thể được xem là tác phẩm văn chương đầy tình cảm—đầy dẫy việc bày tỏ cảm xúc để không chỉ nói lên sự hợp lý mà còn nói lên những cảm xúc của chúng ta nữa.

Mục tiêu của mục sư tư vấn chiến lược là lắng nghe cách thấu cảm với cảm xúc của người tìm kiếm sự giúp đỡ, chứ không phải thay đổi cảm xúc của họ. Cần phải đối diện và bày tỏ cảm xúc để người khác hiểu. Không thể loại bỏ cảm xúc bằng cách phủ nhận sự tồn tại của chúng. Thực tế chỉ có thể được giải quyết bằng cách trực tiếp đối diện nó. Nếu muốn cảm xúc dịu lại, trước hết phải chấp nhận chúng trong bất cứ hình thức thể hiện nào.

Do đó, mục sư tư vấn chiến lược không vội lên án cảm xúc và không khuyến khích đối diện cũng như chỉ chấp nhận những cảm xúc nào được coi là có thể chấp nhận được. Cảm xúc đơn giản là một phần của kinh nghiệm, chúng là một sự ban cho. Một người có thể không muốn ghét Đức Chúa Trời, sợ cha mình hay nghi ngờ con, nhưng người ấy phải bắt đầu với sự căm ghét, sợ hãi hay nghi ngờ này. Nếu mục sư muốn giúp đỡ thì cũng phải bắt đầu từ chỗ ấy. Một khi chấp nhận và làm chủ được cảm xúc, người ấy sẽ thấy dễ chịu hơn để quyết định xem phải đáp ứng thế nào với những cảm xúc ấy.

Lý do cuối cùng để khuyến khích một người bày tỏ cảm xúc là để chia sẻ gánh nặng. Thái độ thấu cảm của mục sư hàm ý rằng ông hiểu, và trong một số trường hợp mục sư bị lôi cuốn bởi sự bối rối, tổn thương hay những cảm xúc tan vỡ khác của người đó. Đó là ý nghĩa của việc mang lấy gánh nặng cho nhau (Gal 6:2). Chia sẻ gánh nặng bao gồm phân phối lại gánh nặng cách mầu nhiệm, và đây là thành phần chính trong tư vấn mục vụ có chiến lược.

Tìm Hiểu Suy Nghĩ

Sau khi tìm hiểu những cảm xúc người tín hữu đang trải qua, nhiệm vụ tiếp theo là tìm hiểu những suy nghĩ nằm dưới những cảm xúc đó. Sự nổi lên của phương pháp tư vấn dựa trên nhận thức và hành vi nhận thức trong vài thập kỷ qua đã làm được nhiều điều để chứng minh rằng suy nghĩ sai lầm chiếm vị trí quan trọng trong việc gây ra và kéo dài nan đề.

Nhiều nhà tư vấn Cơ Đốc đã xem việc khám phá và sửa ngay lại những niềm tin sai lầm và phản Kinh thánh là nguyên tắc chủ yếu của họ (Tan 1999; Propst 1988; Tan và Ortberg 1995). Theo cách có thể so sánh với những phương pháp tương tự ngoài đời, các phương pháp tư vấn Cơ Đốc dựa trên nhận thức nhấn mạnh rằng chúng ta như thế nào không phải do những gì xảy đến với chúng ta, mà là do cách chúng ta nhìn các trải nghiệm và do điều chúng ta tin ở bản thân và cuộc sống. Do đó, thí dụ, một người không suy sụp vì cớ vợ anh chỉ trích anh, mà vì anh đã đặt ưu tiên không thích hợp cho rằng không ai chỉ trích mình được. Suy nghĩ này cũng sẽ dẫn anh đến chỗ nổi giận với vợ mình. Nhưng ẩn chứa bên dưới cả hai cảm xúc—theo quan điểm về nhận thức—là một niềm tin sai lầm và một giá trị phản Kinh thánh.

Chắc chắn điều này thường là đúng và vì lý do đó mà những niềm tin và giá trị bên dưới phải được khám phá trong tư vấn mục vụ. Tuy nhiên, tư vấn mục vụ có chiến lược không giả định rằng những suy nghĩ, giá trị và niềm tin này quan trọng hơn cảm xúc. Không lý do gì lại đi tranh cãi xem cánh bên nào của chiếc máy bay quan trọng hơn. Cả hai đều thiết yếu. Cũng vậy, chẳng có lý do gì để tranh cãi xem trong tư vấn, cảm xúc hay tư tưởng quan trọng hơn. Cả hai đều quan trọng; do đó, điều cần thiết là nhà tư vấn mục vụ có chiến lược giải quyết cả hai.

Nhưng dù những người tư vấn theo phương pháp nhận thức có khuynh hướng nhấn mạnh đến sự nhận diện và sửa chữa những suy nghĩ và niềm tin "sai lầm" (ví dụ: về những chuyện như nền tảng của giá trị cá nhân hay nguồn hạnh phúc), họ thường không chú ý cách đầy đủ đến nhiệm vụ mang tính nhận thức khác cũng quan trọng không kém—đó là tạo điều kiện thuận lợi cho sự phát triển một cái nhìn khác về tình trạng của một người. Nhiều nan đề mà những mục sư tư vấn thấy con người đối diện bao gồm những tình huống không thể thay đổi. Trong những trường hợp như vậy, nhiệm vụ thứ hai đòi hỏi phát triển những cách hiểu mới về hoàn cảnh hơn là sửa chữa những tư tưởng sai lầm. Đây là ý nghĩa khi nói mục sư tư vấn là người đem lại ý nghĩa Cơ Đốc cho những nan đề mà người tìm kiếm sự giúp đỡ đang trải nghiệm (Clebsch and Jaekle 1964, 5). Cách nhìn mới về cảnh trạng đau đớn có được khi một người nhận biết khả năng gặp gỡ Đấng Cứu Thế Chịu Khổ ngay trong nỗi đau, là liệu pháp chữa bệnh rất sâu sắc. Và đây là điều Chúa hứa với chúng ta là những Cơ Đốc nhân—không phải là giảm bớt những tranh chiến trong đời sống mà là sự hiện diện của Chúa chúng ta trong những tranh chiến ấy.

Phát triển một hiểu biết mới mẻ về nan đề đòi hỏi một hình thức dạy dỗ, nhưng sự dạy dỗ này khác nhiều so với sự dạy dỗ trong lớp học. Đó là sự giới thiệu nhẹ nhàng những tư tưởng mới và khích lệ việc chấp nhận một khung tham khảo mới. Trong giai đoạn này của tư vấn mục vụ có chiến lược, sử dụng Kinh thánh cách trực tiếp thường là thích hợp nhất. Ghi nhớ việc lạm dụng và những nan đề có thể xảy ra liên quan đến kiểu sử dụng những nguồn lực tôn giáo, nên mục sư tư vấn phải cởi mở với việc giới thiệu trực tiếp những chân lý trong Kinh thánh khi đưa ra một cái nhìn mới mẻ và hữu ích về hoàn cảnh của người đến xin tư vấn.

Quá trình giúp một người đi đến chỗ tha thứ là một minh họa rất hay về cách mà sự phát triển một hiểu biết mới đóng vai trò quan trọng trong công tác tư vấn mục vụ có chiến lược. Những người bị bế tắc trong cơn giận đối với người đã làm tổn thương họ cũng bị bế tắc trong những nhận thức về tình trạng tổn thương của mình, là tình trạng cần được xem xét lại và thay đổi. Những cảm xúc có hại có khuynh hướng bóp méo cách họ nhìn cả người làm tổn thương họ lẫn chính họ. Trong sự tổn thương, nhận thức của họ bị điều khiển bởi cảm xúc. Để được chữa lành, họ phải nhìn bản thân mình, nhìn người đã làm tổn thương họ và toàn bộ sự việc trong một ánh sáng mới. Rồi chỉ khi đó họ mới có thể được chữa lành.

Bản chất của việc nhìn nhận lại sự tổn thương, điều cần thiết để chữa lành cảm xúc, là nhìn người gây ra tổn thương tách biệt với điều họ đã làm và nhìn thấy chính mình hơn là thấy những tổn thương. Khi một người nhìn thấy người khác tan vỡ và nghèo khổ, đang cố gắng hết sức để đối phó với những tổn thương và giới hạn riêng của họ, thì người ấy bắt đầu cảm thấy sự căm ghét dần tan biến. Sự căm ghét bắt đầu trộn lẫn với lòng thương xót và điều này phản ánh động tác đầu tiên hướng đến chỗ người đó có thể cầu nguyện cho người kia. Khi một người thấy bản thân mình hơn là thấy những tổn thương—hiểu rằng mình cũng làm tổn thương người khác khi trút sự tan vỡ, túng quẫn và tổn thương của mình ra—người đó sẽ có thể đồng cảm với người đã làm tổn thương mình. Đây là điều một người sẽ kháng cự lúc ban đầu, nhưng lại là điều thiết yếu và là cốt lõi của việc tha thứ đầy khó khăn. Và giúp người khác cởi mở với những cách hiểu mới về tổn thương tình cảm của họ là cốt lõi của công tác tư vấn về sự tha thứ.

Tìm Hiểu Hành Vi

Nhiệm vụ cuối cùng trong giai đoạn gắn bó của tư vấn mục vụ có chiến lược là tìm hiểu hành vi của một người. Mục sư tìm hiểu người tín hữu đang làm gì trước nan đề của họ và cùng người đó khởi sự nhận diện các thay đổi mong muốn trong hành vi. Ví dụ: người tín hữu có thể nói rằng vì không thoả mãn trong hôn nhân nên anh đã ngoại tình; trường hợp khác, người tín hữu chọn cách xa lánh tất cả mọi người khi biết tin bị bệnh giai đoạn cuối. Trên thực tế, phản ứng của một người trước những hoàn cảnh như vậy lúc nào cũng phức tạp hơn và việc tìm hiểu các cách phản ứng khác nhau của một người đối với một trải nghiệm sẽ là khởi điểm để nhận diện những hành vi cần thay đổi.

Điều quan trọng là mục sư phải kháng cự cám dỗ để chỉ cho người tín hữu biết điều gì cần được thay đổi. Đây là sự khác biệt chính giữa tư vấn và giảng luận. Tư vấn bao gồm việc tìm hiểu hành vi và những nguyên nhân kháng cự sự thay đổi, chứ không chỉ là nói cho người tín hữu biết điều họ phải thay đổi. Người tín hữu phải mong muốn và có những mục tiêu mang tính hành vi. Do đó, điều thích hợp nhất đối với người đó là xác định các mục tiêu.

Một cách hữu ích để hướng đến việc xác định mục tiêu là hỏi người tín hữu cảm thấy thế nào về một hành vi cụ thể. Anh ấy có thấy thoải mái khi thiếu chung thủy không? Cô ấy có hài lòng với việc xa lánh bạn bè không? Nếu không, thì đây chính là khởi điểm cho mục tiêu. Mặt khác, nếu người tín hữu không muốn thay đổi gì trong lĩnh vực đang quan tâm, bất kỳ mục tiêu liên quan đến việc thay đổi sẽ là mục tiêu của mục sư sẽ chứ không phải của tín hữu. Trong tình huống như vậy, tốt nhất là tránh thách thức hay đối đầu trực tiếp, dù rằng mục sư không nên ngại nêu lên những quan điểm về đạo đức miễn là đừng nói cách độc đoán hay có vẻ đạo đức.

Mục đích của giai đoạn này trong tư vấn mục vụ có chiến lược là xác định những thay đổi mà cả mục sư lẫn người tín hữu đều đồng ý là quan trọng và bắt đầu hình thành các chiến lược cụ thể để thực hiện những thay đổi này. Những nhiệm vụ này đòi hỏi sự khôn ngoan, một đòi hỏi khiến mục sư nhận thức sâu xa rằng mình lệ thuộc vào sự hướng dẫn của Đức Thánh Linh.

Khi đến giai đoạn này trong quá trình tư vấn cho một cá nhân, tôi cầu xin Chúa cho mình thấy được điều Ngài đang làm trong đời sống người ấy và từ đó có thể thấy rõ những lĩnh vực chính cần thay đổi. Tôi muốn cùng làm với Đức Chúa Trời trong quá trình này. Tôi không muốn tiến hành một chiến dịch của riêng mình, cố gắng tạo sự thay đổi chỉ có mình thấy quan trọng. Tôi thường thấy rằng việc chú tâm trong tinh thần cầu nguyện vào cả điều Chúa đang làm trong đời sống người tín hữu lẫn điều Ngài đang hướng dẫn tôi thực hiện là một trải nghiệm hạ mình. Kế hoạch thay đổi của tôi thường không đúng với điều mà tôi tin rằng Chúa đang chỉ dẫn cho tôi. Chẳng có chỗ nào trong toàn bộ quá trình tư vấn mà tôi nhận thức mình cần sự giúp đỡ thiêng liêng nhiều hơn giai đoạn này và sự giúp đỡ ấy luôn sẵn dành cho mục sư tư vấn.

Sau khi xác định những lãnh vực cần thiết và đáng phải thay đổi, mục sư và người tín hữu có thể tìm hiểu tiếp về những hậu quả của hành vi không mong muốn. Thay vì cho rằng thay đổi sẽ dễ dàng, mục sư nên thừa nhận rằng người tín hữu đang nhận được điều gì đó từ hành vi hiện tại của họ. Nếu đúng như vậy, cơ hội để thay đổi sẽ tăng lên rất nhiều nếu người tín hữu tính đến cái giá phải trả đi cùng với việc từ bỏ hành vi hơn là cố bỏ qua chúng.

Lạm dụng rượu có thể là phương tiện để trốn chạy, một sự nâng giá cho lòng tự trọng yếu kém, hoặc một nguồn tăng lực. Đánh giá thấp điều người đó nhận được từ sự lạm dụng như vậy giảm đi rất nhiều cơ hội thực hiện những thay đổi quan trọng. Tương tự, xa lánh bạn bè có thể làm tăng cảm xúc tự thương hại mình hay ngoại tình có thể là cách để trừng phạt người bạn đời. Chẳng có công thức đơn giản nào để đánh giá những kết quả của một hành vi cụ thể, nhưng không thể nhấn mạnh quá mức tầm quan trọng của việc tìm hiểu ý nghĩa và kết quả của hành vi.

Những mục tiêu mang tính hành vi cũng phải vừa cụ thể[5] vừa thực tế. Thí dụ: thay vì đặt mục tiêu dành nhiều thời gian hơn với bạn bè, người tín hữu có thể quyết định liên lạc với ít nhất hai người bạn trong tuần tới và cố gắng dành thời gian với ít nhất là một người trong số họ. Ngoài ra, người ấy có thể nêu tên một vài người bạn mà mình sẽ liên lạc. Điều này giúp cho kế hoạch được cụ thể và tăng thêm cơ hội thành công.

---

5. Đòi hỏi những mục tiêu này phải cụ thể trái ngược với những mục tiêu chung dẫn dắt toàn bộ tiến trình tư vấn được mô tả lúc đầu. Ở đây cần lưu ý rằng các mục tiêu tổng quát thì không cần mô tả kết quả hành vi cụ thể. Tuy nhiên, việc hình thành những mục tiêu hành vi cụ thể là phần quan trọng của sự tập chú vào hành vi đòi hỏi phải có trong giai đoạn này của tư vấn mục vụ có chiến lược.

Đưa ra những mục tiêu thực tế có nghĩa là những mục tiêu đó có thể đạt được. Điều đó cũng thường có nghĩa là các mục tiêu ấy lớn dần lên, tức là chúng làm cho người tín hữu tiến dần trong các bước nhỏ thay vì một bước khổng lồ và không thành công. Ví dụ, một người cha muốn gắn bó hơn với con mình không nên bắt đầu bằng mục tiêu đưa con đi dự một cuộc cắm trại cha và con mở rộng. Ngược lại, một loạt những hoạt động nhỏ giúp ông từ từ bước vào đời sống của con sẽ có khả năng thành công cao hơn.

Điều then chốt trong giai đoạn gắn bó của quá trình tư vấn là mục sư và tín hữu cùng làm việc với nhau về nan đề họ đã xác định là mối quan tâm chính. Tư vấn mục vụ có chiến lược không yêu cầu mục sư phải là các chuyên gia lắng nghe và giải quyết nan đề, mà nó đòi hỏi mục sư phải là người bạn đồng hành, tham gia vào cuộc hành trình trong một thời gian ngắn và là người, qua việc chia sẻ gánh nặng, mang đến sự giúp đỡ để người tín hữu tiếp tục cuộc hành trình. Và hy vọng rằng, cuộc gặp gỡ sẽ giúp người tín hữu mở mắt ra để thấy Chúa, là Đấng đang hành động trong những hoàn cảnh sống của họ và đồng đi với họ trên suốt cuộc hành trình, như các môn đồ trên đường Em-ma-út với Người Thầy họ không nhận ra. Dĩ nhiên, Đấng Yên ủi đích thực chính là Đức Chúa Trời, nguồn của mọi sự sống và chữa lành. Nhận thức này là một sự yên ủi lớn đối với cả người tín hữu lẫn mục sư tư vấn.

Giai Đoạn Tách Rời

Việc kết thúc mối quan hệ tư vấn sẽ dễ dàng hơn khi nhận biết rằng tư vấn mục vụ không phải chỉ là sự gặp gỡ và tham gia của hai người mà là của hai người với Đức Chúa Trời. Đức Chúa Trời, Đấng hiện diện trong những lúc đau khổ, bối rối và tuyệt vọng nhất là Đấng không ra đi sau khi kết thúc buổi thứ năm. Ngài sẽ tiếp tục hiện diện khi người tín hữu tiếp tục cuộc sống. Nhưng các buổi tư vấn cần phải chấm dứt và giai đoạn cuối họ cùng làm việc với nhau bao gồm cả việc chuẩn bị cho sự kiện này.

Lượng Giá Quá Trình và Đánh Giá Những Mối Quan Tâm Còn Tồn Đọng

Lượng giá quá trình thường là việc mà cả mục sư lẫn tín hữu đều sẽ thấy là đáng làm. Có thể trong những buổi đầu đã có một vài đánh giá. Nhưng tốt hơn vẫn là dành buổi cuối cùng để xem lại một chút về những điều đã học được từ trải nghiệm ấy. Dĩ nhiên, liên quan mật thiết với việc lượng giá này là xác định những nan đề còn tồn đọng. Hiếm khi mọi chuyện đều được giải quyết chỉ sau hoặc ít hơn năm buổi. Điều này có nghĩa là người tín hữu chuẩn bị ra về với một số khúc mắc vẫn chưa được giải quyết. Nhưng người ấy trở về với những mục tiêu và kế hoạch cho tương lai, và việc triển khai chúng là một nhiệm vụ quan trọng trong giai đoạn tách rời của tư vấn mục vụ có chiến lược.

Như đã đề cập từ trước, thường thì nên nghỉ một vài tuần trước khi bước vào buổi tư vấn cuối cùng. Người tín hữu có thể thực hiện những mục tiêu đã đề ra trong giai đoạn gắn bó, quay lại buổi kết thúc để lượng giá tiến trình, suy ngẫm về trải nghiệm và điều chỉnh lại các mục tiêu và chiến lược (nếu cần). Buổi tư vấn cuối cũng nên có phần nhận diện những khó khăn có thể gặp trong tương lai và xem xét các hướng giải quyết. Đóng vai hoặc các hình thức diễn tập hành vi khác thường hữu ích trong giai đoạn này, đặc biệt nếu người tín hữu đang giải quyết một tình huống khó khăn trong mối liên hệ giữa con người với con người.

Sắp Xếp Cuộc Chuyển Giao

Nếu có những nan đề quan trọng còn tồn đọng, thì buổi cuối cùng nên dùng để dàn xếp việc chuyển giao. Việc làm lý tưởng là những cuộc chuyển giao nên được thảo luận trong các buổi tư vấn trước đó. Thậm chí sẽ hữu ích cho người tín hữu nếu được gặp tư vấn viên mới trước buổi cuối cùng. Do đó, mục sư và tín hữu có thể xử lý vấn đề như một phần của buổi tư vấn mục vụ cuối cùng.

Nhận biết giới hạn của mình về thời gian, kinh nghiệm, sự đào tạo và khả năng là một yếu tố không thể thiếu trong bất cứ nghề nghiệp nào, nhất là đối với người tư vấn, vì không người tư vấn nào có thể giúp tất cả mọi người đến với họ. Hơn nữa, ngay cả khi người tư vấn có thể giúp, thì người ta lại cần giúp thêm nữa. Vì vậy, việc tìm đến người khác không nói lên thiếu sót của người tư vấn. Đúng hơn, điều đó cho thấy người tư vấn nhận thức được những giới hạn của mình và đang hành động một cách thích hợp trong những giới hạn ấy.

Mục sư cần ý thức được những nguồn lực trong cộng đồng của mình và chuẩn bị chuyển tín hữu đến nơi khác để họ nhận được sự giúp đỡ tốt hơn. Sự giúp đỡ này có thể là tư vấn về tài chính, lời khuyên về thuế, tư vấn pháp luật, hay hội chẩn, đánh giá và điều trị về y tế hoặc tâm lý. Thường thì sự giúp đỡ cần thiết luôn sẵn có trong một cơ quan phục vụ cộng đồng xã hội. Trong khi những nguồn lực loại này thường khá giới hạn ở nông thôn và ở trung tâm các thành thị nhỏ, thì hầu hết các vùng đô thị lớn có vô số những dịch vụ chuyên về các lãnh vực này.

Chuyển giao cho bác sĩ (kể cả các chuyên gia tâm thần học) và nhà tâm lý thường rất khó khăn và cần phải đặc biệt cân nhắc. Nói chung, phải liên hệ với bác sĩ của gia đình trước tiên khi gặp những vấn đề về y học hay tâm lý. Nếu một người kiệt sức về thể xác hay đang bị sụt cân hoặc tăng cân đáng kể, rối loạn giấc ngủ, những thay đổi rõ rệt trong ham muốn tình dục, hay bất cứ một triệu chứng bệnh lý nào, nên khuyến khích người đó đến hỏi ý kiến bác sĩ gia đình càng sớm càng tốt.

Đối với chứng bệnh tâm thần nghiêm trọng cũng vậy. Nếu một người đang bị ảo tưởng (giữ những niềm tin sai trật bất chấp bằng chứng về điều ngược lại [ví dụ: tin mình là Chúa Giê-xu]) hay ảo giác (những cảm nhận xuất hiện khi không có kinh nghiệm thật trong giác quan tương ứng [ví dụ: nghe thấy giọng nói trong khi chẳng có giọng nói nào] hay những cảm nhận bóp méo hoặc biến đổi kinh nghiệm cách đáng kể [ví dụ: nghe những thông điệp mang tính cá nhân trong trạng thái nhiễu sóng trên sóng phát thanh]), thì mục sư nên chuyển người đó đến vị bác sĩ hay bác sĩ tâm lý của gia đình, người mà ông có quan hệ công việc.

Hành động tương tự cũng thích hợp nếu người đó đang bị trầm cảm nghiêm trọng (kéo dài hơn một tháng và có thay đổi đáng kể về hành vi) hay thể hiện hành vi vui buồn thất thường (tâm trạng phấn khởi biểu lộ trong trạng thái phấn khích hồ hởi không phù hợp, cảm giác khỏe mạnh được thổi phồng lên, hành vi vận động và mức năng lượng gia tăng có thể được biểu lộ qua lời nói hung dữ, thúc bách, tính hiếu động thái quá, những ý tưởng phiêu diêu không thực tế hoặc hành vi hấp tấp và phi lý). Đây là một số triệu chứng chính của bệnh tâm thần phân liệt, chứng rối loạn lưỡng cực và rối loạn hoang tưởng. Mục sư tư vấn phải quen thuộc với những rối loạn này và các triệu chứng của chúng để có thể nhận ra ngay khi gặp phải.

Các rối loạn tâm thần hữu cơ cũng cần phải chuyển sang bên y tế. Những rối loạn này bao gồm hậu quả của việc lạm dụng một chất nào đó (chẳng hạn chứng rối loạn tâm thần hữu cơ do rượu) cũng như sự bất thường về tâm lý hoặc hành vi có liên quan đến bệnh về não hay rối loạn chức năng (điên cuồng, hội chứng mất trí, hội chứng quên, hội chứng nhân cách hữu cơ và hội chứng xúc động hữu cơ). Những người lạm dụng một chất nào đó kinh niên trong một thời gian dài cũng cần được chuyển đến cho bác sĩ.

Những người mắc phải những bệnh trên và các rối loạn tâm thần nghiêm trọng khác có thể cũng cần và nhận được ích lợi từ tư vấn mục vụ có chiến lược. Việc cần phải chuyển người bệnh đi không có nghĩa là mục sư chẳng làm gì được cho một người thuộc dạng này. Đúng hơn, nó có nghĩa là mục sư không thể đáp ứng mọi điều mà người bệnh ấy cần. Tuy nhiên, một nhà tâm lý cũng không đáp ứng đầy đủ mọi nhu cầu của người đó và đây là lý do không được xem nhẹ những đóng góp mà người tư vấn mục vụ mang đến cho người bị bệnh tâm thần. Những bệnh tâm thần nghiêm trọng này đều bắt nguồn từ sai lầm trong chức năng sinh lý và tất cả đều cần được điều trị thích hợp bằng thuốc để giải quyết những vấn đề về thể chất. Không chuyển giao để được chăm sóc y tế là vô trách nhiệm. Tuy nhiên, trong khi nguồn gốc của những chứng bệnh này nằm ở thể chất, thì những hậu quả của chúng tác động đến những khía cạnh tâm lý và thuộc linh của đời sống. Mục sư có thể giúp được nhiều cho những người bệnh này nếu họ có thể xua tan nỗi sợ hãi và nhận biết người bệnh cũng là người như mình và họ phải tranh chiến với những điều quá sức họ.

Nhiều rối loạn tâm thần và tâm lý khác cũng cần được chuyển đến một chuyên gia về sức khỏe tâm thần, nhưng thường không cần phải can thiệp về y tế. Những rối loạn về tính dục (bệnh thích khỏa thân, chứng thích tình dục với trẻ em, bệnh lệch lạc về giới tính, bệnh thích mặc quần áo của giới tính khác và thị dâm), những bất thường trong chức năng tính dục (ức chế ham muốn tình dục, hứng thú, hay cực khoái), những rối loạn lo âu và cảm xúc (trầm cảm, rối loạn nghi thức ám ảnh, những nỗi sợ hãi, rối loạn hoảng loạn và những rối loạn lo âu nói chung), những rối loạn nhân cách (rối loạn nhân cách bất định, rối loạn nhân cách thể chống đối xã hội, rối loạn nhân cách thể cưỡng bức, rối loạn nhân cách thể kịch tính, rối loạn nhân cách thể tự mê và rối loạn nhân cách thể phân lập), và rối loạn phân ly (bỏ nhà đi, rối loạn đa nhân cách và chứng quên tâm lý) là những chứng bệnh cần được điều trị thích hợp bằng các liệu pháp tâm lý chuyên sâu, hơn là những điều mục sư được đào tạo, và thường bảo đảm được chuyển cho một nhà tâm lý hay nhà liệu pháp tâm lý khác đủ trình độ chuyên môn.

Cuối cùng, nhiều vấn đề về hôn nhân gia đình cũng cần sự can thiệp chuyên biệt của một nhà trị liệu chuyên về hôn nhân gia đình. Mục sư không nên cho rằng họ có đủ năng lực thích hợp để xử lý những vấn đề về mối quan hệ như thế. Những kiểu mẫu bệnh lý cực đoan về hôn nhân gia đình hiếm khi được thay đổi một cách nhanh chóng, và cách chữa trị là một hình thức chuyên môn mà ngay như tất cả những nhà tâm lý, tâm lý trị liệu hay nhân viên xã hội cũng không thể cung cấp. Thường những người tự nhận là nhà trị liệu về hôn nhân gia đình, đặc biệt nếu họ có những văn bằng trong một hiệp hội được công nhận cấp quốc gia như American Association of Marital and Family Therapists (Hiệp hội Bác sĩ Chuyên khoa Hôn nhân Gia đình Mỹ), thì có thể cung ứng sự giúp đỡ cần thiết và nên được tìm đến khi có những khuôn mẫu nghiêm trọng về rối loạn trong gia đình và không chịu thay đổi.

Làm việc với những nhà trị liệu phi Cơ Đốc, những người có mục đích tôn giáo cá nhân, khiến nhiều mục sư lo lắng về việc chuyển giao người tín hữu cho một người không phải là Cơ Đốc nhân. Đây là điều có thể hiểu được. Nhưng thường việc chọn lựa nơi chuyển đến khá giới hạn. Trong những trường hợp này, chuyển giao cho một người giỏi về liệu pháp tâm lý chuyên sâu nhưng không phải là Cơ Đốc nhân có thể được bổ sung bằng mối liên hệ với một người được nhận biết là trưởng thành về thuộc linh trong hội thánh để hướng dẫn thuộc linh. Đây không phải là mối quan hệ tư vấn. Mục đích của nó không phải là khám phá vấn đề và triển khai những giải pháp nhằm hỗ trợ sự tăng trưởng. Đúng hơn, mục đích của mối liên hệ này là tìm hiểu trong tinh thần cầu nguyện những hàm ý thuộc linh trong liệu pháp và hỗ trợ người đó thông qua kinh nghiệm này. Những buổi gặp này không cần phải diễn ra hàng tuần, cũng không cần phải lên thời khóa biểu hay thực hiện như thường làm trong những buổi tư vấn. Nhưng chúng có thể hỗ trợ và theo dõi tiến trình thuộc linh, để việc chuyển bệnh nhân đến với một nhà trị liệu phi Cơ Đốc là một lựa chọn có trách nhiệm.

Chuẩn bị tín hữu cho việc chuyển giao là phần quan trọng của tiến trình chuyển giao. Thường thì người ta không chịu chuyển sang người khác và cố lôi kéo mục sư tiếp tục trong mối liên hệ tư vấn. Họ sẽ liên hệ những kinh nghiệm không hay trong quá khứ với những người tương tự và sẽ nài nỉ mục sư cung ứng sự giúp đỡ họ cần. Mặc dù khó lờ đi những lời nài xin như vậy vì cớ những lời tâng bốc xu nịnh kèm theo, nhưng chúng được chấp nhận với một hiểm họa to lớn. Chuyển giao cho người khác luôn là vấn đề nghiêm túc, và mục sư nên biết những nguồn chuyển giao và, nếu có thể, hãy chuyển người tín hữu đến với người mà họ tin tưởng. Việc không chuyển giao khi xuất hiện những vấn đề vượt quá phạm vi khả năng của mục sư là việc thể hiện sự thiếu hiểu biết và dại dột.

Kết Thúc Tư Vấn

Trong phần lớn các trường hợp, việc kết thúc mối liên hệ tư vấn mục vụ có chiến lược diễn ra một cách suôn sẻ. Thường thì cả mục sư lẫn người tín hữu đều đồng ý rằng chẳng cần phải gặp thêm, và dù cảm thấy buồn vì quyết định không tiếp tục các buổi tư vấn nhưng họ biết rằng đó là điều đúng đắn phải làm.

Tuy nhiên, có thể có lúc tiến trình này hơi khó khăn. Như đã trình bày, điều này tùy thuộc vào mong muốn tiếp tục gặp gỡ của người tín hữu. Nếu những buổi tư vấn đem lại hiệu quả, và thỉnh thoảng ngay cả khi không hữu ích, người tín hữu vẫn có thể không muốn kết thúc mối quan hệ. Có thể họ đã trải nghiệm một loại chấp nhận hay sự thân thiết trong quá trình tư vấn mà hiếm khi, hay không có trong cả phần đời còn lại. Những cảm xúc này thường bắt nguồn từ sự lệ thuộc phát triển trong thậm chí chưa tới hai hay ba buổi tư vấn. Tuy nhiên bằng lòng với những nhu cầu và mong ước này không phải là cách tốt nhất để giúp người đó. Ngược lại, mục sư cần nhẹ nhàng hướng họ đến những mối quan hệ trong đó những nhu cầu này có thể được đáp ứng cách thỏa đáng, và nên giữ những giới hạn đã đề ra ngay từ khi bắt đầu mối liên hệ tư vấn.

Trong những trường hợp khác, việc khó kết thúc lại ở phía mục sư. Vì nhiều lý do, có thể những buổi tư vấn đặc biệt thú vị hay bổ ích, và điều này có thể cám dỗ mục sư tiếp tục. Nhưng xin nhắc một lần nữa, cách hành động tốt nhất là nên theo những giới hạn mà cả hai bên đã thỏa thuận từ ban đầu.

Ngoại lệ của nguyên tắc này là tình huống người tín hữu gặp cơn khủng hoảng nghiêm trọng vào cuối năm buổi tư vấn và chẳng có một nơi nào sẵn sàng để hỗ trợ. Nếu vậy, tư vấn thêm một vài buổi nữa là điều thích hợp. Tuy nhiên, việc tư vấn thêm này vẫn phải có giới hạn thời gian và mang hình thức quản trị khủng hoảng. Không nên thêm nhiều buổi hơn mức cần thiết nhằm phục hồi mức hoạt động ổn định cho người tín hữu hay giới thiệu họ đến với những người khác, là những người có thể giúp đỡ được.

Các nhà tư vấn mục vụ có một vị trí độc nhất có thể giúp rất nhiều người, vốn là những người sẽ không bao giờ tìm đến nhà tư vấn nào khác. Họ cũng có vị trí đặc biệt để giúp nhiều người cần được giúp đỡ thêm nhưng những người này lại tìm tư vấn từ mục sư trước. Trong một tuần tiêu biểu, các mục sư thường gặp gỡ nhiều người hơn hầu hết các chuyên gia giúp đỡ khác gặp trong nhiều tháng, và một tỷ lệ lớn những người này cực kì cần sự giúp đỡ của một nhà tư vấn kinh nghiệm. Nhiều người có nhu cầu sẽ đến tìm mục sư của họ như một người tài giỏi, đáng tin cậy và sẽ xin họ đồng đi với mình trong những tranh chiến, nỗi đau hay bối rối. Nhưng như Clinebell đã lưu ý: "Nếu mục sư thiếu những kỹ năng cần thiết, những người tìm đến họ sẽ nhận được đá trong khi họ xin bánh" (Clinebell 1984, 47).

Tư vấn mục vụ có chiến lược cung cấp khung sườn cho những mục sư tìm kiếm cách tư vấn phù hợp với những trách nhiệm mục vụ còn lại của họ và cách tư vấn có hiểu biết về tâm lý và trách nhiệm. Trong khi kỹ năng thực hành kiểu mẫu này chỉ có được qua thời gian, thì đó lại là kỹ năng mà hầu hết các mục sư đều có thể đạt được. Tuy nhiên, các kỹ năng tư vấn không thể có được đầy đủ chỉ qua việc đọc sách. Như tất cả các kỹ năng về mối liên hệ khác, chúng phải được học qua việc thực hành và, lý tưởng nhất là việc thực hành này nhận được phản hồi từ sự giám sát của một người làm tư vấn mục vụ kinh nghiệm hơn.

Mục sư nào nắm được các kỹ năng này sẽ có khả năng rao truyền Lời của Đức Chúa Trời một cách hết sức cá nhân hóa và thích hợp cho những người đang rất cần được giúp đỡ. Đây là một cơ hội độc nhất vô nhị và vô cùng bổ ích. Thay vì rải hột giống trên những mảnh đất đá sỏi và khô cứng, mục sư tư vấn có cơ hội để trồng mỗi lần một hạt giống. Biết rõ điều kiện của đất, người đó cũng có thể gieo trồng một cách hết sức cá nhân hóa, chịu khó nhọc để bảo đảm rằng hạt giống sẽ không nhanh chóng bị thổi bay đi, và rồi nhẹ nhàng tưới nước và nuôi dưỡng nó lớn lên. Đây là cơ hội độc nhất dành cho tư vấn mục vụ. Tôi cầu nguyện cho các mục sư thấy được trọng tâm trong việc tư vấn đối với chức vụ của họ, vững lòng bởi một phương pháp tư vấn mục vụ nằm trong các kỹ năng và khả năng của hầu hết các mục sư và sẽ nhận những trách nhiệm này với sức sống mới được phục hồi và sự hướng dẫn rõ ràng.

Tài Liệu Đọc Thêm

Benner, D., and R. Harvey. 1996. *Understanding and Facilitating Forgiveness*. Grand Rapids: Baker. Quyển sách giới thiệu phần ứng dụng tư vấn mục vụ có chiến lược cho các vấn đề về sự tha thứ, đưa ra những trường hợp minh họa đặc biệt hữu ích về tác động qua lại của việc tìm hiểu cảm xúc và phát triển những nhận thức mới trong tiến trình tư vấn về sự tha thứ.

Benner, D., and P. Hill, eds. 1999. *Baker Encyclopedia of Psychology and Counseling*. 2nd. ed. Grand Rapids: Baker. Cuốn bách khoa từ điển 1,200 trang này trình bày những triệu chứng và phương pháp điều trị hiện đang được khuyến khích cho 184 bệnh rối loạn tâm thần. Đây cũng là một nguồn tài nguyên nói chung là tốt đối với quan điểm Cơ Đốc về nhiều đề tài tâm lý khác nhau.

Egan, G. 2001. *The Skilled Helper*. 7th ed. Belmont, Calif.: Wadsworth. Không chỉ dành riêng cho các mục sư mà là cho bất kỳ ai muốn biết những điều cơ bản về tư vấn, quyển sách chứa đựng những điều khái quát tuyệt vời về các giai đoạn của tiến trình tư vấn và các nhiệm vụ chính của người tư vấn trong từng giai đoạn. Nó cũng bao gồm nhiều thông tin thiết thực về cách thực hiện phỏng vấn trong tư vấn và các chiến lược cùng kỹ thuật tư vấn cơ bản.

Malony, H. N. 1988. The Clinical Assessment of Optimal Religious Functioning. *Review of Religious Research* 30, no. 1:2–17. Đây là nguồn chính dùng cho phỏng vấn về tình trạng tôn giáo được mô tả trong chương này. Bài báo gồm nhiều câu hỏi phỏng vấn cũng như phần trình bày về sự phát triển tài liệu và một số nghiên cứu cho đến tận 1988 về những ứng dụng của nó.

Miller, W., and K. Jackson. 1985. *Practical Psychology for Pastors.* Englewood Cliffs, N.J.: Prentice-Hall. Đây là sổ tay thiết thực về tâm lý dành cho mục sư, bao gồm bài viết hay về các rối loạn tâm thần chủ yếu. Các giai đoạn tư vấn được mô tả không trùng lắp cách chính xác với những giai đoạn trong tư vấn mục vụ có chiến lược, nhưng phần trình bày các giai đoạn tư vấn thì hữu ích.

Tan, S. Y. 1999. Cognitive Behavior Therapy. Trong *Baker Encyclopedia of Psychology And Counseling*, hiệu đính bởi D. Benner and P. Hill. 2d ed. Grand Rapids: Baker. Một khái quát hữu dụng về phương pháp nhận thức trong tư vấn, bao gồm những chỉ dẫn để thực hiện phương pháp tư vấn có tính Cơ Đốc rõ rệt.

Tan, S. Y., and J. Ortberg. 1995. *Understanding Depression.* Grand Rapids: Baker. Quyển này trình bày việc áp dụng tư vấn mục vụ có chiến lược vào chữa trị trầm cảm và là một minh họa hay về cách tìm hiểu những suy nghĩ ẩn bên dưới, thường nằm phía sau sự trầm cảm.

Wicks, R., R. Parsons, and D. Capps, eds. 1985. *Clinical Handbook of Pastoral Counseling*. New York: Paulist Press. Quyển sách này cung cấp nguồn tài nguyên dồi dào đáng kể cho mục sư tư vấn, những người không khó chịu với quan điểm rộng hơn từ nhiều cộng tác viên của các giáo hội Cơ Đốc. Với khoảng ba mươi mốt chương trình bày các quan điểm khác nhau về tư vấn mục vụ và những áp dụng của nó vào các nhóm dân riêng biệt, sách giúp ích cho người mới bắt đầu cũng như thêm kinh nghiệm cho người làm tư vấn mục vụ.

Chương 5

Ellen: Một Minh Họa Ca Tư Vấn Năm Buổi

Để minh họa các nguyên tắc được đưa ra trong các chương trước, chương này trình bày một nghiên cứu trường hợp của một người đến gặp mục sư tư vấn chiến lược. Ellen là một phụ nữ ba mươi mốt tuổi, liên lạc với mục sư qua điện thoại để xin gặp. Mục sư không biết nhiều về cô, vì vợ chồng cô mới đến với hội thánh. Ông có nói chuyện với hai vợ chồng tại nhà thờ sau Chúa nhật đầu tiên họ đến nhóm, và để ý thấy kể từ lúc đó, Ellen nhiều lần đi nhóm mà không có chồng đi cùng.

Trong lần tiếp xúc đầu tiên đó, Ellen nói là chính. Cô cho biết họ mới chuyển đến thành phố vì chồng thuyên chuyển công tác. Mục sư cảm nhận có mâu thuẫn nào đó giữa họ trong lần gặp gỡ ngắn ngủi này, và ông cũng nghĩ rằng Ellen có vẻ căng thẳng. Đó là tất cả những gì ông biết về cô tại thời điểm cô gọi điện thoại.

Cú điện thoại đó không cung cấp thêm thông tin gì nhiều. Giọng nói của cô không tiết lộ nỗi đau gì bất thường, và cô cũng không biểu lộ gì về tính chất của những mối bận tâm của mình. Tuy nhiên, cô có biểu lộ một mức độ hơi khẩn cấp khi nói rằng cô hy vọng mục sư có thể gặp cô trong vòng vài ngày tới. Cô cũng cho biết rằng cô sẵn sàng gặp bất cứ khi nào theo lịch hẹn của mục sư. Cuộc hẹn được sắp xếp lúc 9 giờ tại văn phòng nhà thờ buổi sáng hôm sau.

Bình luận: Trước buổi tư vấn đầu tiên, hầu hết các mục sư đều biết điều gì đó về người họ sẽ gặp. Ngay cả trong trường hợp của Ellen, mục sư có tiếp xúc trực tiếp với cô nhiều hơn điều chúng ta thường thấy trong trường hợp một người đến gặp nhà liệu pháp tâm lý. Thông tin thêm cũng thường được biết đến trong cuộc nói chuyện khi tín hữu yêu cầu có buổi tư vấn. Mục sư tư vấn theo phương pháp chiến lược xem xét cẩn thận tất cả thông tin này, không vội đánh giá hay cố tiên đoán điều sẽ diễn ra trong buổi đầu tiên, nhưng bảo đảm cố gắng sắp xếp thứ tự tất cả thông tin đã có, bắt đầu ngay từ thời điểm này, để biết về người đang cần giúp đỡ.

Cũng đáng bình luận về diễn tiến của cuộc nói chuyện yêu cầu được tư vấn. Cuộc trò chuyện này cần ngắn gọn. Mọi việc cần làm là nói rõ sự sẵn sàng (hay chưa sẵn sàng) của mình và, giả sử là sẵn sàng, thì định thời gian và nơi chốn cho buổi gặp đầu tiên. Cũng nên cho biết độ dài của buổi đầu tiên. Hỏi về tính chất của điều họ đang lo lắng hay khuyến khích tín hữu nói về họ vào lúc này thường không phải là điều thích hợp. Thật vậy, khi tín hữu bắt đầu nói về những vấn đề của mình, sẽ thích hợp hơn khi cho họ biết rằng lúc này không cần phải nói thêm điều gì, nhưng mục sư mong được nghe chi tiết về những lo lắng này trong buổi gặp đầu tiên. Người đang khủng hoảng thì không áp dụng nguyên tắc chung này.

Buổi Đầu Tiên

Ellen đến buổi hẹn đầu tiên sớm mười phút. Sau khi mời cô vào văn phòng, mục sư nói rằng ông rất vui được gặp cô rồi mời cô chia sẻ bất kỳ điều gì đã khiến cô đến gặp ông hôm nay.

Ellen nói rằng cô hy vọng không lạm dụng thời gian của ông và xin lỗi vì đã gọi đến hội thánh trong khi cô chưa phải là thuộc viên và chỉ mới đi nhóm vài lần. Rồi cô nói rằng nói chuyện với mục sư là điều rất quan trọng đối với cô, và lý do nhanh chóng hiện rõ. Cô đã trình bày cốt lõi của nỗi đau khổ hiện tại chỉ trong vài câu. Cô vừa mới phá thai và đang bị dày vò về điều đó. Tuy nhiên, đây chỉ mới là khởi đầu của mọi nan đề. Hai ngày trước khi gọi cho mục sư, cô phát hiện ra rằng biến chứng phá thai buộc phải cắt bỏ một phần tử cung và cô sẽ không bao giờ có thể có con. Rồi cô tiếp tục nói về việc cô tức giận người chồng đã xúi cô đi phá thai. Sự giận dữ được hòa trộn với nỗi buồn vì mất khả năng sinh sản và mặc cảm vì đồng lõa trong việc phá thai. Cô đã khóc rất nhiều khi nhắc lại điều này.

Bình luận: Phần này kéo dài khoảng mười phút, và mục sư nói rất ít trong phần này. Nhiều lần Ellen ngước nhìn Mục sư qua hàng nước mắt và dường như cô thấy được an ủi khi ông rõ ràng hết sức chăm chú và ân cần. Nếu mà ông nhận thấy cô cần nghe ông nói vài lời, thì hoàn toàn thích hợp khi bày tỏ sự cảm thông thận trọng bằng câu nói đại loại như: "Tôi biết điều đó làm cô rất đau khổ" hay "Tôi nhận thấy tin đó ắt hẳn khiến cô rất thất vọng." Những câu chen vào tối thiểu như vậy thể hiện sự nhạy bén trước cảm xúc của cô và sẽ khuyến khích cô tiếp tục bộc lộ chúng. Tuy nhiên, thường thì cũng có thể làm điều này cách không lời. Vấn đề cốt lõi là tín hữu biết rằng mục sư đang lắng nghe và chấp nhận cảm xúc của cô. Tuy nhiên, các nhà tư vấn khác nhau có những cách khác nhau để truyền đạt điều này.

Điều quan trọng cần lưu ý là Mục sư nhận thấy không cần phải cố gắng giúp Ellen cảm thấy dễ chịu hơn (hoặc nếu có nhu cầu đó, thì ông cũng không đáp ứng). Những lời dỗ dành chỉ tạm thời ngăn cản cảm xúc của cô và đem cô ra khỏi những cảm xúc đó. Những biểu lộ đồng cảm ("Tôi thật sự rất tiếc khi biết điều đó") sẽ không thích hợp và khiến cô không còn tập chú vào cảm xúc của mình, mà là cảm xúc của Mục sư. Tuy nhiên, sự thấu cảm của Mục sư cho cô biết rằng ông đang lắng nghe và cởi mở để cố gắng hiểu cảm xúc của cô. Đồng cảm mang ý nghĩa cảm thông về mặt tâm lý nhiều hơn, và mặc dù cũng có khi cần đến nó, nhưng đồng cảm thường không bằng thấu cảm về mặt liệu pháp. Trong trường hợp của Ellen, sẽ đến lúc giúp cô thấy dễ chịu hơn, nhưng bây giờ chưa phải lúc đó. Trước khi cô ra khỏi những cảm xúc đau đớn dữ dội, cô cần trải nghiệm và bộc lộ chúng.

Kết thúc việc thổ lộ cảm xúc, Ellen nhìn thẳng Mục sư và hai người có sự trao đổi như sau:

Ellen: Chắc hẳn Mục sư cho rằng tôi là người đáng sợ vì những việc tôi đã làm. Tôi đã vi phạm mọi điều mình đã luôn tin tưởng và chắc tôi không thể tha thứ cho mình. Tôi biết tôi không bao giờ có thể mong đợi Chúa tha thứ cho mình.

Mục sư: Thật ra, tôi không nghĩ cô là người đáng sợ. Nhưng điều khiến tôi chú ý là cô tự cảm thấy cô đáng sợ. Rõ ràng cô đã thất vọng về mình và cảm thấy mình đã làm Chúa thất vọng. Dường như cô cảm thấy đau đớn về việc này đến nỗi cô nghĩ mình không đáng được tha thứ.

Bình luận: Đây là một sự can thiệp xuất sắc. Mục sư đã khôn ngoan đáp ứng ngắn gọn đối với yêu cầu của Ellen muốn biết ông cảm thấy thế nào về cô, nhưng rồi ông nhanh chóng quay lại vấn đề và cảm xúc trước mắt. Ellen đang bắt đầu hướng đến việc bày tỏ cảm xúc về chính mình và Đức Chúa Trời, và đây là điều rất quan trọng. Qua câu trả lời của mình, Mục sư nhắc cô về hướng đi này và khuyến khích cô tiếp tục.

Ellen: Chắc chắn là vậy! Tôi đã thất vọng về mình. Tôi không thể tin rằng tôi thật đã phá thai. Tôi đã luôn phản đối việc phá thai. Thật vậy, ở đại học tôi thậm chí còn diễu hành trong những cuộc mit-tinh phản đối việc phá thai. Bạn bè của tôi sẽ ghê tởm tôi nếu họ biết việc tôi đã làm. Nhưng trên hết, tôi vẫn cứ nghĩ về việc mình đã làm Chúa thất vọng. Ngài ắt hẳn là Đấng thật sự ghê tởm tôi.

Mục sư: Chúa mà cô làm cho thất vọng là ai vậy?

Bình luận: Can thiệp ngắn gọn này minh họa sự định hướng đúng lúc và thích hợp của Mục sư. Nhờ đó, ông khích lệ Ellen tìm hiểu sâu hơn các khía cạnh thuộc linh của tình huống, những vấn đề mà cô đã hai lần ám chỉ đến.

Ellen: Cũng giống như Chúa của Mục sư vậy. Tôi là một Cơ Đốc nhân.

Mục sư: Đúng rồi, nhưng hãy nói cho tôi biết thêm về kinh nghiệm của cô với Đức Chúa Trời này. Ngài như thế nào? Cô đối với Ngài thế nào và Ngài đối với cô ra sao? Tôi quan tâm muốn biết thêm một chút về vị trí của Đức Chúa Trời trong cuộc sống của cô và việc cô là một Cơ Đốc nhân ảnh hưởng đến cô ra sao.

Rồi Ellen tiếp tục mô tả một Đức Chúa Trời mà cô kinh nghiệm hoàn toàn về mặt luật pháp mà hầu như không có chút nhận thức nào về ân điển. Đáp lại câu hỏi của mục sư về việc có sự tha thứ trong cách Đức Chúa Trời này đối xử với Cơ Đốc nhân không, cô nói rằng mặc dù cô biết Cơ Đốc nhân phải tin điều này, nhưng đó không phải là điều cô nhận biết từ kinh nghiệm cá nhân. Cô cũng cho biết cô đã cầu xin sự tha thứ nhưng vẫn không cảm thấy dễ chịu hơn. Điều này dẫn đến phần trao đổi sau:

Mục sư: Tôi tin rằng đối với chúng ta là con người, tha thứ và nhận sự tha thứ là một tiến trình. Chỉ Đức Chúa Trời mới có thể thực hiện điều này ngay lập tức. Trong tiến trình này có cảm xúc, nhưng chúng không phải là toàn bộ vấn đề. Chúng ta sẽ quay lại điều này và cùng nhau xem xét tại sao cô bị bế tắc trong tiến trình này. Nhưng trước tiên, tôi muốn nghe thêm về cách cô liên hệ với Đức Chúa Trời là

Đấng có những tiêu chuẩn cao như thế, những tiêu chuẩn mà cô thấy hoàn toàn không thể đáp ứng.

Ellen: Đó chính là cảm giác của tôi. Chúa có quyền đưa ra các nguyên tắc. Ngài có thể tuân thủ cách dễ dàng vì Ngài là Đức Chúa Trời. Còn tôi chỉ là con người. Chúa không sống với chồng của tôi. Theo tôi biết, Ngài thậm chí còn không có nghề nghiệp, và chắc chắn Ngài không phải đối diện với mọi loại áp lực như tôi phải đối diện để giữ cho hôn nhân tốt đẹp, để phát triển sự nghiệp, mà vẫn cố làm một Cơ Đốc nhân tốt. Tôi biết Chúa không tán thành điều tôi làm. Nhưng đối với Ngài thì dễ dàng.

Mục sư: Tôi không chắc có thể đồng ý với cô rằng nhìn thấy cô tranh đấu và khổ sở khi làm theo điều cô biết mình phải làm là một điều dễ dàng với Đức Chúa Trời. Thậm chí tôi cũng không nghĩ rằng Ngài nhìn cô và chỉ cảm thấy ghê tởm và tức giận. Mọi điều tôi biết về Chúa của chúng ta cho thấy rằng Ngài rất gắn bó với chúng ta. Đó là ý nghĩa của sự nhập thể. Tôi không tin Ngài quay lưng và bỏ đi khi cô làm Ngài thất vọng. Nhưng cô có nhận thấy điều tôi nói là đúng không?

Ellen: Tôi muốn tin điều đó. Tôi thật sự muốn tin. Nhưng tôi không cảm thấy Đức Chúa Trời ở với tôi, nhất là trong lúc này.

Bình luận: Những lời nói của Mục sư ở phần này của buổi tư vấn minh họa rõ cách mà tư vấn có thể đóng vai trò công bố. Trước tiên ông giới thiệu gián tiếp tin tốt lành bằng một câu hỏi ("Tôi không biết có chỗ nào cho sự tha thứ trong cách Chúa đối với dân sự Ngài không?") và sau đó ông chia sẻ thẳng thắn hơn niềm tin của mình rằng Đức Chúa Trời ở với và đứng về phía dân sự Ngài. Nhưng không giống bài giảng, tất cả được thực hiện trong ngữ cảnh của cuộc đối thoại.

Mặc dù phần lớn điều Mục sư nói trong phần này mang tính dạy dỗ và giáo huấn, nhưng nó được cân đối bởi sự nhạy bén đáng kể đối với cảm xúc của Ellen. Mục sư cũng tiếp tục liên hệ chủ yếu đến trải nghiệm của cô. Sau câu nói ngắn về ý nghĩa của sự nhập thể, ông kiểm tra để xem cô có thấy đây là điều đáng tin hay hữu ích không, và qua đó, bám sát trải nghiệm của cô.

Mục sư: Có lúc nào cô cảm thấy như là Chúa ở với cô và đứng về phía cô hơn không?

Bình luận: Câu hỏi này đưa Ellen đi đến ngữ cảnh rộng hơn cho nan đề hiện tại của cô. Mục sư chủ động đưa cô hướng đến lịch sử hoạt động tôn giáo và tâm linh của cô. Điều này hoàn toàn thích hợp vào lúc này trong buổi tư vấn.

Sau một chút suy nghĩ, Ellen mô tả nhiều kỷ niệm thời thơ ấu về những giờ nhóm trong hội thánh theo Tân Giáo mà cô được nuôi dưỡng. Có những lúc bình an và êm đềm, và cô nhắc lại một cảm nhận rõ ràng về sự hiện diện của Chúa trong các giờ nhóm và trong chính bản thân cô. Cô cho biết trong thời thơ ấu, cảm nhận chủ yếu của cô về Đức Chúa Trời là cảm nhận của một hữu thể yêu thương, bình an và đẹp đẽ.

Khi được hỏi điều gì đã khiến mọi việc chấm dứt, Ellen nói đến sự thay đổi hoàn toàn trong gia đình cô khi cô mười một tuổi. Lúc đó, cha mẹ cô đã có điều mà họ cho là kinh nghiệm cải đạo. Họ bắt đầu tham dự một Hội thánh Tin Lành nhỏ trong cộng đồng, và đời sống gia đình nhanh chóng trở thành tâm điểm trong hội thánh. Ellen mô tả điều này như đoạn kết của thời thơ ấu, ít ra là thời thơ ấu hạnh phúc mà cô từng có cho đến thời điểm đó. Cô nói cha mẹ cô ít hưởng thụ cuộc sống hơn, nhưng cứng ngắc hơn trong những quy định họ đặt ra cho cô và em gái cô.

Khi được yêu cầu nói thêm về cha mẹ mình, Ellen nói cô từng luôn gần gũi với mẹ hơn, người mà cô nhận được sự giúp đỡ về tình cảm, cho dù cô có phần say mê với thế giới riêng của mình. Mẹ cô từng là một nhạc sĩ chuyên nghiệp trong những năm đầu của cuộc sống gia đình, nhưng buộc phải nghỉ hưu sớm vì vấn đề sức khỏe nghiêm trọng khi Ellen tám tuổi. Mẹ cô khi đó hơi chán nản và có vẻ xa lánh Ellen và những người còn lại trong gia đình. Cô cảm thấy mẹ chưa bao giờ thật sự gần gũi trở lại với mình và em gái. Đến khi sức khỏe của bà được cải thiện nhiều năm sau đó, mẹ cô chuyển sang gắn bó với một hội thánh mới, và Ellen nói cô cảm thấy giống như trẻ mồ côi.

Cha của Ellen là một bác sĩ, và không hề là phần quan trọng trong tuổi thơ của cô. Cô nói cô chưa bao giờ thật sự hiểu ông. Những lần gặp gỡ quan trọng nhất của cô với ông khi còn nhỏ là trong vai trò của người chấp hành kỷ luật. Nói chung, đối với cô, ông có vẻ thiếu quan tâm và độc đoán. Cô cũng nói rằng ông không bao giờ hài lòng với việc cô làm, nói với cô rằng cô có thể làm tốt hơn và không bao giờ tỏ ra trân trọng điều cô thật sự đã làm được. Ellen nói rằng cô cảm thấy mối liên hệ với cha đã cải thiện phần nào kể từ khi cô lập gia đình, nhưng ông vẫn là người cô có chút oán giận.

Kế đến, Mục sư hỏi Ellen có thể cho ông biết một chút về chồng cô và hôn nhân của họ không. Ellen gặp Rick trong trường đại học, và họ hẹn hò lúc có lúc không vài năm sau đó trước khi đám cưới khi cả hai đều hai mươi lăm tuổi. Lúc đó, một trong những điều cô cảm kích nhất về anh là cô nhận thấy anh ủng hộ nghề nghiệp của cô. Điều này rất quan trọng đối với cô, vì khi đó cô định nghĩa giá trị của mình dựa trên thành tích nghề nghiệp. Xem mẹ mình là một thất bại vì đã từ bỏ sự nghiệp, Ellen rất muốn mình sẽ thành công nên sự ủng hộ của Rick trong chuyện này là điều rất quan trọng.

Hôn nhân của họ về cơ bản là hạnh phúc và dường như có những điểm mạnh đáng kể. Con cái từng là một khía cạnh mâu thuẫn lớn. Mặc dù Ellen không có ý định từ bỏ công việc của một nhà thiết kế nội thất, nhưng cô muốn có con vào thời điểm nào đó. Rick thì không chắc có muốn có con không nhưng với anh rõ ràng hiện tại không phải là thời điểm thích hợp để có con đối với cả hai. Nhiều lần Ellen cảm thấy mối quan tâm của anh về con cái không phải vì anh thật sự lo cho cô, mà nó phản chiếu mong muốn ích kỷ của riêng anh, không muốn bị chi phối khi anh tiếp tục leo nấc thang liên hiệp công ty. Suốt năm qua, đã nhiều lần họ tranh cãi về việc này. Và họ tranh cãi thường xuyên hơn kể từ khi phá thai. Mặc dù chắc chắn việc phá thai ít nhất là sự nhượng bộ phần nào trước áp lực của chồng, nhưng Ellen cũng có ý nghĩ đó vì cô chưa dự tính có thai và cảm thấy có thai là điều hoàn toàn không phải lúc cho công việc của cô. Chồng cô có vẻ không hiểu gì về tội lỗi và đấu tranh tư tưởng cô phải chịu khi phá thai. Cô thậm chí chưa nói cho anh biết về việc mất khả năng sinh con.

Bình luận: Việc tìm hiểu nguồn gốc gia đình và hôn nhân của cô mất khoảng hai mươi phút. Mục sư lưu ý nhiều đề tài có thể nói đến trong tương lai, nhưng ở thời điểm này ông giữ cho Ellen đi đúng hướng và tiếp tục lắng nghe chăm chú. Ông bắt đầu có những kết nối trong đầu về mối liên hệ của Ellen với cha, với chồng, và với Đức Chúa Trời của cô, nhưng ông không nhận xét gì. Thấy rằng chỉ còn hơn mười phút là kết thúc buổi tư vấn, ông đưa ra câu chuyển tiếp cuối cùng.

Mục sư: Thời gian của chúng ta buổi sáng hôm nay sắp hết rồi, có lẽ chúng ta nên kết nối một số điều lại với nhau để xem chúng ta đang ở đâu. Cô đã đề cập nhiều vấn đề, và tôi nghĩ rằng tôi biết được phần nào những điều lo lắng khiến cô đến tìm tôi. Nhưng cô cảm thấy thế nào về cuộc trò chuyện của chúng ta nãy giờ?

Ellen: Tôi thấy hết sức nhẹ nhàng khi có thể nói với Mục sư về tình trạng lộn xộn của mình. Hầu như tôi không chia sẻ với ai, và tôi biết không thể tiếp tục như vậy. Nhưng tôi cảm thấy bế tắc. Tôi không biết phải giải quyết những cảm xúc như thế nào.

Mục sư: Cảm xúc nào làm cô khó chịu nhất?

Ellen: Tôi nghĩ trên hết là cảm thấy có tội. Nhưng tôi cũng thấy rất giận chồng và bản thân. Và tôi buồn không thể tả về điều tôi mới biết—đó là tôi sẽ không bao giờ có thể sanh con. Tôi nghĩ có thể đó là cách Chúa trừng phạt tôi vì việc tôi đã làm.

Mục sư: Tôi nói lại, tôi không chắc đây là cách Chúa thật sự hành động. Tôi nghĩ là suy nghĩ của cô về Chúa có nhiều sự méo mó quan trọng, và tôi muốn xem xét thêm một vài điều đó, tức là cô có muốn quay lại gặp tôi không.

Ellen: Có chứ. Tôi muốn quay lại.

Mục sư: Tôi rất vui cùng cô xem xét thêm về điều này. Chúng ta gặp lại tuần tới cũng vào giờ này, được chứ? Tôi phải nói với cô là mọi ca tư vấn của tôi đều giới hạn trong năm buổi, nghĩa là chúng ta sẽ còn tối đa bốn buổi nữa. Tuy nhiên, nếu chúng ta đồng ý về trọng tâm và nếu cô sẵn sàng thẳng thắn và tích cực như hôm nay, thì tôi nghĩ bốn buổi là cũng nhiều. Nhưng có một điều chúng ta cần nói rõ trước khi kết thúc buổi hôm nay, đó là chính xác điều cô muốn được giúp đỡ nhất là gì.

Ellen: Điều đó khá rõ ràng, đó chính là cảm xúc của tôi, nhất là cảm giác tội lỗi.

Mục sư: Xác định cảm xúc nào của cô là trọng tâm và quan trọng nhất ngay lúc này cũng hơi khó. Tôi nghĩ rằng có lẽ cô thấy mình thay đổi giữa cảm thấy có tội, tức giận và đau buồn. Nhưng tôi đồng ý với cô rằng có lẽ tốt nhất là bắt đầu với cảm giác tội lỗi và kinh nghiệm của cô với Chúa. Nếu cô có thể kinh nghiệm sự tha thứ của Chúa và tha thứ bản thân cũng như chồng của mình, thì tôi nghĩ rằng cô sẽ có thể giải quyết tốt hơn những cảm xúc mình đang đối diện.

Ellen: Tôi đồng ý. Tôi nghĩ đó là lý do tôi đến gặp Mục sư. Tôi muốn nói chuyện với Mục sư thêm vài lần nữa để xem Mục sư có thể giúp tôi sắp xếp một số điều đang lẫn lộn trong tôi không.

Mục sư: Trước khi kết thúc, không biết cô cảm thấy thế nào nếu tôi cầu nguyện với cô?

Ellen: Tôi đồng ý.

Mục sư: Vậy thì tốt, chúng ta cùng cầu nguyện. [cầu nguyện ngắn] Tôi cũng không biết cô có đồng ý đọc sách trong tuần đến không? Cụ thể, tôi có hai đoạn Kinh thánh muốn cô đọc và suy ngẫm. Có lẽ lần tới chúng ta có thể bắt đầu bằng cách nói ngắn gọn về những suy nghĩ của cô khi đọc. [Ellen gật đầu đồng ý.] Vậy thì, tôi muốn cô đọc hai đoạn Kinh thánh nói đến một khía cạnh của Đức Chúa Trời mà tôi đoán là cô chưa từng trải nghiệm. Một hình ảnh của Chúa được lặp lại xuyên suốt Cựu Ước và Tân Ước là hình ảnh người chăn chiên. Tôi muốn cô đọc Giăng đoạn 10, đoạn Kinh thánh mô tả chính Ngài là Người Chăn Hiền Lành, và Thi Thiên 23 mà Đa-vít nói đến kinh nghiệm Đức Chúa Trời là Đấng Chăn Nhân Từ. Khi cô đọc, hãy dành thời gian suy ngẫm về Đấng Christ là Đấng Chăn Chiên Hiền Lành. Cô có thể viết xuống những suy nghĩ của mình. Tuần tới, nói cho tôi biết bất cứ phản ứng nào của cô về hai phân đoạn này.

Bình luận: Đến đây là kết thúc buổi đầu tiên. Trong buổi đầu này, Mục sư khá thành công trong việc hoàn thành các mục tiêu của giai đoạn đầu tiên. Ông và Ellen đã đạt được một thỏa thuận khá ổn, cô nhận biết rõ những lo lắng chính của mình, và họ cùng nhau tìm hiểu bối cảnh của chúng. Cũng đáng lưu ý là buổi đầu tiên này khái quát phần lớn những việc sẽ làm. Việc tìm hiểu cảm xúc của Ellen được thực hiện tốt. Nhiệm vụ về mặt nhận thức là tìm hiểu những niềm tin nhằm giúp cô giải thích trải nghiệm của mình và đưa ra những nhận thức mới cũng được thực hiện tốt. Việc tìm hiểu yếu tố hành vi trong hoạt động của cô được bắt đầu bằng phần trình bày ngắn gọn việc phá thai và những cách cô liên hệ với chồng. Những việc này nhằm giới thiệu cho Ellen cách làm việc trong tiến trình tư vấn và giúp cô đoán trước điều sẽ diễn ra trong các buổi tiếp theo.

Lời đề nghị Ellen suy ngẫm hai đoạn Kinh thánh không phải để mong đợi thay đổi suy nghĩ của cô về Đức Chúa Trời cho đúng đắn. Nhưng đọc Kinh thánh là để chỉ cô đến với Đức Chúa Trời của Kinh thánh và giúp cô thấy Ngài khác với Đức Chúa Trời trong kinh nghiệm của cô như thế nào. Một bài tập khác có lẽ giúp cô chuẩn bị cho buổi tư vấn tiếp theo là viết nhật ký cảm xúc trong suốt tuần. Liên kết trực tiếp bài tập (nếu được yêu cầu) với trọng tâm dự định cho buổi tiếp theo là phương cách rất hay để giúp tín hữu chuẩn bị cho buổi tư vấn sắp đến.

Buổi Thứ Hai (Một Tuần Sau)

Trả lời câu hỏi của Mục sư về tuần vừa qua như thế nào, Ellen cho biết cô cảm thấy tốt hơn kể từ cuộc nói chuyện lần trước. Cô nói việc suy ngẫm hai đoạn Kinh thánh khá hữu ích. Cô nhanh chóng nhận ra rằng cô chưa bao giờ gặp gỡ Đức Chúa Trời cách riêng tư như một người chăn yêu thương, hay chăm sóc và dịu dàng. Điều này khiến cô nói nhiều hơn về cách cô đã thật sự kinh nghiệm Chúa. Cô nói về nỗi sợ Chúa và về cảm giác có tội. Hai lần cô đều nói đại loại là: "Tôi không thể tin là tôi đã làm điều đó, đã thật sự phá thai!" Sau lần thứ hai, Mục sư trả lời rằng mặc dù cô nói mình gặp khó khăn khi tin rằng Chúa có thể tha thứ cho cô, nhưng ông cảm thấy dường như việc cô tha thứ cho chính mình mới là điều khó hơn. Ông nói ngôn ngữ 'tự đá vào mình' của cô (cụm từ cô vừa mới dùng) cho thấy cảm giác mắc tội với Chúa và tức giận bản thân trong cô hòa trộn với nhau.

Bình luận: Mục tiêu chính yếu của Mục sư cho buổi này là làm sáng tỏ những cảm xúc của Ellen. Trong phần mở đầu, ông để ý thấy cô đang bối rối về cảm xúc của mình đối với Chúa và với bản thân. Cô đang nói về Chúa nhưng liên tục bộc lộ cảm xúc về chính mình. Ông nói lên điều ông quan sát để giúp cô bày tỏ thêm và tìm hiểu cảm xúc của cô, cũng như phân biệt giữa các cảm xúc có liên quan.

Ellen trả lời nhận xét này bằng cách tập trung vào và bộc lộ cơn giận với chính mình. Cô nói cô không sẵn lòng tha thứ cho mình vì cô không đáng được tha thứ. Mục sư lưu ý rằng mặc dù tuần trước họ có nói về những tiêu chuẩn cao của Chúa mà cô không thể đáp ứng được, nhưng dường như tiêu chuẩn của cô dành cho chính mình cũng như vậy. Ellen đồng ý rằng tiêu chuẩn của cô cho mình cũng cao nhưng đó là cơ bản đối với bản chất của cô. Rồi cô nói tiếp rằng từ lâu cô đã đặt ra tiêu chuẩn phải là người hoàn hảo như một cách bảo đảm rằng cô có được sự tôn trọng và chấp nhận của những người xung quanh. Điều này dẫn đến phần trao đổi sau:

> *Mục sư*: Tôi nghĩ cô vừa bày tỏ một điều hết sức quan trọng. Tôi nghe có vẻ như là nan đề của cô không phải ở tiêu chuẩn của Chúa mà là ở khả năng không thể giữ những tiêu chuẩn đó. Theo tôi thấy, những tiêu chuẩn của riêng cô dường như không khác nhiều so với tiêu chuẩn của Chúa. Nhưng trong khi Chúa hiểu rõ rằng cô là con người và biết rằng trong chính bản thân cô, cô hoàn toàn không thể giữ luật của Ngài, thì cô lại không hề nhân nhượng cho bản thân. Ngược lại, cô còn mong bản thân *là* Chúa. Cô mong đợi mình không được mắc sai lầm, không được phạm tội. Cô đòi hỏi mình phải là người không bao giờ cần sự tha thứ từ bản thân hay từ người khác.

> *Ellen*: [Bắt đầu khóc]. Đúng vậy. Tôi đòi hỏi mình phải hoàn hảo. Tôi nghĩ rằng tôi luôn hoàn hảo. Đó dường như là điều cha mẹ mong đợi ở tôi, và có lẽ đó là điều tôi nghĩ Chúa mong đợi ở tôi. Có vẻ như đó là cách để bảo đảm tôi được họ yêu thương. Nhưng nó không hiệu quả. Tôi không bao giờ giỏi đủ, đặc biệt là đối với cha tôi.

> *Mục sư*: Cô cảm thấy thế nào—khi không bao giờ đạt được như kỳ vọng của cha về cô?

Bình luận: Điều này minh họa một cuộc đối thoại liệu pháp tốt. Ellen đang tìm hiểu và bộc lộ cảm xúc của mình, và mớ cảm xúc lộn xộn đang từ từ được tháo gỡ. Một tập hợp cảm xúc này dẫn đến một tập hợp khác, và việc Mục sư chấp nhận từng cảm xúc đó phản chiếu sự chấp nhận của Chúa đối với cô và làm mẫu mực cho cách cô phải học chấp nhận chính mình.

Câu hỏi của Mục sư minh họa một nguyên tắc quan trọng khi tìm cách tháo gỡ cảm xúc. Việc cảm xúc của Ellen bị lẫn lộn nói lên rằng cô đã trải qua nhiều cảm xúc khác nhau liên quan đến nhiều đối tượng khác nhau. Công việc của Mục sư là đi xuyên qua khối cảm xúc này cách hệ thống. Nếu Ellen mà định hướng cho buổi tư vấn, thì cô có sẽ thay đổi nhanh chóng giữa những cảm xúc và đối tượng khác nhau này. Mục sư biết rằng tất cả (hay hầu hết) những cảm xúc đó cuối cùng cũng phải được khám phá, nhưng ông cũng biết rằng cách tốt nhất là khám phá từng cảm xúc một. Tuy nhiên, việc này không thể được thực hiện cách cứng ngắc, vì chúng có liên hệ mật thiết với nhau. Sau khi tập trung vào cơn giận bản thân, ông đề nghị (theo hướng dẫn của cô) rằng cô tìm hiểu cảm xúc của mình liên quan đến cha.

Ellen đáp ứng lời khuyến khích tìm hiểu cảm xúc của mình đối với việc không bao giờ đáp ứng những kỳ vọng của cha bằng cách khóc. Cô bày tỏ nỗi thất vọng của một cô gái ngưỡng mộ cha mình và ao ước được ông yêu mến nhưng dường như chỉ nhận được sự phê bình của ông. Cô cảm thấy hoàn toàn không thể đạt đến tiêu chuẩn của ông, ngay cả khi đã cố gắng hết sức. Cảm giác sụp đổ và thất vọng trộn lẫn với sự tức giận. Theo sau sự tức giận, Ellen cho biết vì không thể làm vui lòng cha, nên cô đã thôi không cố gắng và không quan tâm đến điều ông nghĩ về cô. Để giúp Ellen tiếp tục tập chú vào cảm xúc của mình, Mục sư lờ đi khuynh hướng hay hỏi xem điều này có thật sự đúng, Ngược lại, ông hỏi cô có thấy điểm giống nhau nào giữa cảm xúc của cô đối với cha và đối với Chúa không. Cô trả lời rằng Chúa thì khó làm ngơ hơn nên mặc dù cô thấy giận cha mình, thì cô thấy chỉ có tội với Chúa. Điều này dẫn đến phần trao đổi sau:

> *Mục sư*: Nhưng có lẽ chị gặp rắc rối trong việc tin Chúa vẫn yêu cô cho dù cô không đạt đến tiêu chuẩn của Ngài có liên quan đến việc cô chưa bao giờ thấy điều này xảy ra nơi cha mình. Và như cô nói, phớt lờ Chúa thì khó hơn, có thể là nỗi giận với Chúa mới khó hơn. Cho nên, cô thấy có tội về việc cô làm, nhưng gặp khó khăn với ý nghĩ nhận lấy sự tha thứ nhưng không của Ngài. Cô muốn làm điều gì đó để Ngài yêu, chứ không muốn nhận tình yêu của Ngài như một quà tặng. Mọi trải nghiệm của cô nói lên rằng phải làm điều gì đó mới được yêu thương, và ý nghĩ về tình yêu vô điều kiện làm cô cảm thấy khó chịu.

> *Ellen*: Tôi nghĩ đúng là như vậy. Tôi sợ nổi giận với Chúa, và tôi không thật sự muốn sự tha thứ của Ngài. Tôi chỉ muốn cảm thấy dễ chịu hơn. Nhưng tôi không muốn của bố thí. Tôi sẽ làm bất kỳ điều gì để cảm thấy dễ chịu hơn, nhưng tôi không đáng được ai đó giúp thoát khỏi tình cảnh này.

> *Mục sư*: Cô tệ đến mức đáng bị trừng phạt. Điều cô đã làm khủng khiếp đến nỗi sự công bằng sẽ không được thực thi cho đến khi cô đau khổ vì điều đó. Sự tha thứ có vẻ như quá dễ dàng và quá rẻ.

Ellen: Phải, tôi cảm thấy như vậy. [Khóc] Tôi đã lấy đi sự sống của con mình vì tôi không muốn nó cản trở sự nghiệp của tôi. *Tôi đã làm điều đó.* Thật sự không ai bắt tôi phải làm như vậy. Chắc chắn đó là điều chồng tôi muốn tôi làm, nhưng anh ấy không dí súng vào đầu tôi. Tự tôi đã làm. Tôi đã sai. Tôi *cảm thấy* có tội vì tôi *thật có tội.*

Mục sư: Tôi thấy cảm giác có tội của cô không phải là dấu hiệu Chúa đang phạt cô mà là biểu hiện của lòng thương xót, đó là món quà của Chúa, một dấu hiệu cho thấy Ngài đang ở với cô. Ngài muốn bao phủ cô trong tình yêu của Ngài, và tôi tin rằng Ngài hy vọng cô sẽ gặp được Ngài ngay trong cảm xúc về mặc cảm tội lỗi của mình. Cô cũng vừa mới xưng tội. Hãy nhớ rằng Kinh thánh chép: "Còn nếu chúng ta xưng tội mình thì Ngài là thành tín, công bình để tha tội cho chúng ta.” Cô vừa làm điều Chúa bảo. Việc tiếp theo là chấp nhận điều Ngài nói Ngài sẽ làm. Ngài đã ban sự tha thứ để cô nhận lấy. Có thể ngay lập tức và cuối cùng, cô không cảm thấy dễ chịu hơn về những gì đã xảy ra, nhưng hãy tin chắc rằng Ngài đã tha thứ cho cô.

Bình luận: Lời nhận xét này của Mục sư hơi dài. Ông cố nhét quá nhiều chỉ trong một câu. Tuy nhiên, phần kết thúc khá tốt vì ông hướng cô quay lại với cảm xúc của cô.

Ellen: Tôi muốn được Ngài tha thứ, nhưng Mục sư đã nói đúng, thật khó chấp nhận sự tha thứ của Ngài vì tôi thấy mình đáng bị trừng phạt. Hay ít ra tôi không xứng đáng được tha thứ.

Mục sư: Cô không đánh giá thấp tính nghiêm trọng của tội lỗi là đúng, nhưng tin tốt lành là có người khác đã nhận lấy tội và hình phạt—đó là Chúa Giê-xu. Việc cô đã làm là sai.

Sự tha thứ không bỏ qua việc sai đó. Nhưng Đức Chúa Trời mong muốn tha thứ cho cô và Ngài rất yêu cô, cho dù cô phạm tội.

Ellen: [Khóc] Tôi luôn biết điều đó, nhưng tôi chưa bao giờ thật sự chấp nhận điều đó. Tôi muốn được Chúa tha thứ. Tôi nghĩ bây giờ tôi sẵn sàng nhận lấy sự tha thứ đó.

Mục sư: Như tôi đã nói khi nãy, đó là việc của cô. Hãy tin đi. Cô không cần làm một điều gì nữa mới được bảo đảm rằng Chúa đã tha thứ cô cách hoàn toàn và trọn vẹn về những gì cô đã làm.

Bình luận: Đây là một bước ngoặt rất quan trọng trong khi tư vấn cho Ellen. Mục sư đã nói với cô rằng cô không nên mong đợi mọi cảm xúc khó chịu đột ngột tan biến hoàn toàn. Trong cả hai buổi tư vấn, ông nói với cô rằng cảm xúc không phải là biểu hiện đáng tin về tính hiện thực của sự tha thứ của Chúa. Bây giờ Ellen thật sự sẵn sàng đón nhận sự tha thứ, và đây trở thành một bước ngoặt cho cô.

Buổi thứ hai kết thúc ngay sau đó. Mục sư cho Ellen mượn quyển sách nói về tội lỗi và sự tha thứ mà ông nói chúng sẽ giúp cô suy ngẫm thêm về một vài điều họ đã bàn luận. Rồi ông đề nghị để chuẩn bị cho buổi gặp tiếp theo, mà cả hai đồng ý là hai tuần sau, Ellen nên nghĩ thêm về cách cô đang thực hiện để được người khác tôn trọng và chấp nhận. Ông cũng khuyến khích cô theo dõi những cảm xúc quan trọng và ghi lại những cảm xúc đó cùng những suy nghĩ khác vào nhật ký, từ đó cô có thể chia sẻ vào buổi tiếp theo.

Bình luận: Mặc dù trọng tâm dự định cho buổi tư vấn này là tìm hiểu và thể hiện cảm xúc, nhưng tiến trình thật sự cho thấy cảm xúc và suy nghĩ có liên hệ chặt chẽ với nhau ra sao. Buổi tư vấn bao gồm công tác tìm hiểu cảm xúc hiệu quả, nhưng Mục sư cũng tiếp tục công việc chỉnh sửa những nhận thức sai về bản tánh của Đức Chúa Trời, và Ellen có vẻ kinh nghiệm sự tha thứ của Chúa cách chân thành. Do đó, buổi tư vấn này là một minh họa hay về công tác trong giai đoạn 2 của tiến trình tư vấn mục vụ có chiến lược.

Bài tập về nhà là do Mục sư muốn bắt đầu kết nối một số những sợi dây mà ông thấy trong hai buổi đầu tiên. Ông nhận thấy mối liên hệ của Ellen với Đức Chúa Trời có những điểm tương đương đầy ý nghĩa với mối liên hệ của cô với cha mình, và có lẽ với chồng của cô nữa. Cảm giác có tội và tức giận là trọng tâm chủ yếu cho mối liên hệ tư vấn trong buổi đầu tiên. Trong buổi thứ hai, cô bàn nhiều đến khía cạnh tội lỗi của trọng tâm này, đặc biệt nói đến mối liên hệ với Chúa. Tuy nhiên, mối liên hệ của cô với cha mình chỉ hời hợt bên ngoài. Chính quan sát này đã khiến Mục sư đề nghị bài tập về nhà mà ông hy vọng sẽ giúp Ellen bắt đầu có những kết nối giữa cách cô nhìn và liên hệ với cha trên đất và Cha trên trời.

Buổi Thứ Ba (Hai tuần sau)

Ellen bắt đầu bằng cách nói với Mục sư rằng cô hơi thất vọng kể từ sau buổi gặp trước. Mặc dù bớt mặc cảm tội lỗi và nhìn chung là thấy dễ chịu hơn trong mối liên hệ với

Chúa, nhưng cô ngày càng cảm thấy thất vọng về việc mất khả năng sinh con, hậu quả từ ca phẫu thuật mà cô phải đối diện trong tuần đến. Cô đã báo cho chồng biết về ca phẫu thuật, và anh có vẻ thông cảm hơn cô tưởng. Tuy nhiên, cô thấy bế tắc trong nỗi thất vọng này, bây giờ cô nhận ra hơn bao giờ hết rằng cô hết sức mong muốn một ngày nào đó có thể sanh con.

Bình luận: Mục sư tiếp cận buổi thứ ba với kế hoạch tìm hiểu những cách mà trong đó mối liên hệ của Ellen với chồng, với gia đình, và có lẽ với những người khác gồm có hành động tương tự để có được tình yêu thương và sự tôn trọng mà họ đã khám phá trong mối liên hệ của cô với Chúa. Tuy nhiên, những giây phút đầu tiên của buổi thứ ba cho thấy Ellen có dự định riêng của cô. Mục sư phải làm gì đây?

Mục sư quyết định để kế hoạch của mình sang một bên là đúng đắn. Những vấn đề cô nêu lên có liên hệ sâu sắc tới trọng tâm đã được cả hai vạch ra trước đó. Kế hoạch của ông cho buổi tư vấn là một kế hoạch hợp lý. Tuy nhiên, ở giai đoạn này của tiến trình tư vấn, không thể đoán trước cảm xúc gì sẽ xuất hiện sau buổi tư vấn hôm trước. Những nỗi thất vọng cô đang trải nghiệm là sự gia tăng của nỗi đau buồn trước đó. Đây không phải là đề tài mới, mà là sự tiếp tục của cái cũ. Cho nên, Mục sư để kế hoạch của ông qua một bên và đi theo hướng cô gợi ý là thích hợp.

Điều này không có nghĩa là mục sư tư vấn có chiến lược phải luôn sẵn sàng để cho tín hữu lên kế hoạch cho buổi tư vấn. Nếu Ellen bắt đầu buổi gặp bằng những câu hỏi liên quan đến hướng đi tương lai cho công việc của cô thì Mục sư đã chỉnh sửa để nhẹ nhàng nhắc cô về trọng tâm mà cả hai đã đồng ý, và để hỏi xem ý tưởng mới này liên quan thế nào đến trọng tâm đó. Hoàn toàn có thể thay đổi trọng tâm nếu cả hai đồng ý. Tuy nhiên, việc thay đổi hướng đi phải luôn được thực hiện cách rõ ràng. Nếu không có thay đổi về trọng tâm, thì công việc của mục sư là đề nghị quay lại trọng tâm ban đầu. Có thể làm điều này bằng cách hỏi về bài tập về nhà.

Mục sư khuyến khích Ellen nói nhiều hơn về mong ước có con của cô. Ông cũng để nghị cô tìm hiểu mất mát từ ca phẫu thuật tới đây. Điều này khiến cô nói nhiều về một số điều cô nghĩ rằng có con sẽ đem đến cho cô, bao gồm cơ hội yêu thương một ai đó theo cách cô chưa từng yêu ai và cơ hội nuôi nấng một đứa trẻ tốt hơn cách cô nhận thấy cha mẹ cô đã làm. Cô cũng nói rằng mặc dù thất vọng vì mẹ đã từ bỏ công việc do bệnh tật, nhưng cô ngưỡng mộ bà đã dành cả đời mình cho vai trò làm mẹ. Điều này khiến Ellen quay lại tức giận cha mình. Mục sư làm ngơ chủ đề này nhưng giúp cô tập chú vào những kết quả có thể thấy trước của việc nuôi con như một cách giúp cô bắt đầu tiến trình đau buồn.

Khi được hỏi tại sao nuôi con theo cách tốt hơn cách của cha mẹ cô là điều quan trọng, thì cô nói cô không biết. Mục sư bảo cô suy ngẫm về điều này và đừng cho đó là điều hiển nhiên. Sau một hồi suy nghĩ, cô nói có lẽ cô cảm thấy như vậy vì cô không có hy vọng đáp ứng những kỳ vọng của cha về thành công trong công việc, và do đó, cô muốn đánh bại ông trong một lĩnh vực có thể được. Cô nghĩ đến một khả năng khác: có lẽ thành công trong nghề nghiệp không quan trọng đối với cô như cô nghĩ và việc nuôi nấng một gia đình là một thách thức thật sự mà cô muốn. Khi tìm hiểu thêm về khả năng này, cô nhận ra rằng đó không phải là vấn đề có hai lựa chọn. Thật ra cô thật sự muốn một sự nghiệp. Đây không đơn thuần là đáp ứng trước những kỳ vọng của người khác. Tuy nhiên, cô cũng muốn có một gia đình và không bằng lòng khi thấy con cái được xem là những khó khăn trên đường tiến thân. Điều này nhắc cô nhớ nhiều đến cách cha nhìn cô và em gái, và cô thề sẽ không bao giờ nhìn con cái như vậy.

Rồi Ellen bắt đầu nói về mối liên hệ giữa cô và chồng. Cô nói anh ấy là người vô cảm, chỉ lo lắng cho bản thân và không thể yêu ai chân thành ngoài chính mình. Cô nghi ngờ không biết có thật sự yêu anh và thỉnh thoảng không chắc mình muốn tiếp tục cuộc hôn nhân. Mục sư cảm thấy đây là một lĩnh vực rộng hơn nhiều không thể nói đến trong một hay hai buổi, nên hỏi cô có chia sẻ những cảm xúc này với chồng không. Cô nói họ hét lên những điều như vậy khi cãi nhau, nhưng nhiều năm qua họ không thật sự truyền thông điều gì ý nghĩa về tình cảm. Mục sư hỏi cô có nghĩ đến việc nói cho chồng biết sự bất mãn của cô trong hôn nhân và đề nghị cả hai đến gặp nhà tư vấn hôn nhân không. Cô không nghĩ anh sẽ đáp ứng tốt lời đề nghị nhưng sẽ thử nói chuyện với anh. Mục sư khuyến khích cô nói chuyện với anh trước buổi tư vấn tiếp theo và đề nghị giúp họ tìm một nhà tư vấn về hôn nhân nếu họ muốn.

Biết chỉ còn mười phút là kết thúc buổi tư vấn, Mục sư đề nghị họ ôn lại vắn tắt những lo lắng chính đã khiến Ellen tìm đến tư vấn và xem xét họ sẽ làm gì trong buổi tiếp theo. Ellen nói cảm giác có tội không còn là điều đáng bận tâm nữa, nhưng cô muốn nói nhiều hơn về việc cắt bỏ tử cung và hậu quả của nó. Mặc dù cô không đặc biệt lo lắng về cuộc phẫu thuật, nhưng cô cảm thấy đó sẽ là một trải nghiệm khó khăn về mặt tình cảm và có lẽ cô muốn dành buổi tiếp theo để nói về điều này. Cô cũng cho biết rằng cô muốn nói thêm về mối liên hệ với cha mẹ, vì cô tiếp tục thấy tức giận cha mình. Cô nói mặc dù biết phải tha thứ cho cha về cách ông đối xử với cô, nhưng cô thấy khó tha thứ cho ông và muốn nói thêm về điều này.

Mục sư trả lời rằng mối liên hệ của cô với cha có thể đem họ đi quá xa trọng tâm mà cả hai đã đồng ý, tức là cảm giác có tội, tức giận bản thân và chồng, và đau buồn vì cắt bỏ tử cung. Ông đề nghị họ dùng buổi tiếp theo (bốn tuần sau) để nói về những vấn đề liên quan đến việc cắt bỏ tử cung. Nếu cô vẫn còn muốn, thì họ có thể dành thêm thời gian trong buổi tư vấn cuối cùng để tìm hiểu mối liên hệ của cô với cha cũng như bàn đến bất kỳ việc nào khác chưa được giải quyết. Ông cũng hỏi xem cô có muốn được đến thăm trong thời gian nằm viện không. Cô cho biết điều đó không cần thiết, và cô muốn nói chuyện với Mục sư vào buổi tiếp theo hơn. Đến đây kết thúc buổi thứ ba.

Bình luận: Mặc dù Mục sư không được biết trước hướng đi của buổi tư vấn này, nhưng đó là cách sử dụng thời gian tư vấn thích hợp. Thật vậy, có thể nói trước trọng tâm. Trong tư vấn, việc ai đó cảm thấy dễ chịu hơn nhiều sau buổi đầu tiên và thấy tệ hơn sau buổi thứ hai là điều hoàn toàn bình thường. Trong buổi đầu tiên, nói ra câu chuyện của mình giúp khuây khỏa đáng kể. Nhưng khi đi vào tiến trình tư vấn, nỗi đau về tình cảm dần dần lộ ra, và người ta thường cảm thấy tệ hơn. Mặc dù Ellen cảm thấy khá hơn về mặc cảm tội lỗi, nhưng không có gì ngạc nhiên khi một trong những nan đề khác được nhận diện trong buổi đầu (cảm giác mất mát liên quan đến việc cắt bỏ tử cung sắp tới) đã trở thành mối bận tâm chính.

Việc xử lý của Mục sư về những vấn đề hôn nhân được trình bày trong buổi tư vấn này cũng phản chiếu một sự đánh giá đúng. Những vấn đề này nằm ngoài phạm vi trọng tâm mà cả hai đã đồng ý. Ngay cả khi những mối bận tâm khác của Ellen được giải tỏa hết (hoặc nếu cả hai cùng đồng ý ưu tiên những vấn đề về hôn nhân), thì những nan đề này cũng quan trọng và không thể bàn đến cách nghiêm túc trong hai buổi còn lại. Chiến lược của Mục sư khuyến khích Ellen chia sẻ cảm xúc của cô với chồng và chiến lược giới thiệu nhà tư vấn về hôn nhân là tốt.

Việc ôn lại và tập trung theo hướng khác trong mười phút cuối cùng cũng rất quan trọng. Những việc này giúp Ellen và Mục sư xác định rõ ràng những mục tiêu cho các buổi còn lại. Lời đề nghị của Mục sư đến thăm trong bệnh viện cũng thích hợp. Nếu cô chấp nhận lời đề nghị, thì việc đi thăm hoàn toàn khác với một buổi tư vấn, đòi hỏi cuộc trò chuyện ngắn về tình hình hiện tại chứ không phải về việc mất khả năng có con hay những vấn đề khác được dự kiến sẽ là chủ đề bàn luận trong buổi tư vấn.

Buổi Thứ Tư (Bốn Tuần Sau)

Ellen bắt đầu buổi thứ tư khi nói về trải nghiệm vật lý của ca phẫu thuật và sự phục hồi. Cô chưa đi làm trở lại vì vẫn còn cảm thấy yếu. Như đã đoán trước, về mặt tình cảm, cô vẫn đang trải qua thời kỳ khó khăn. Cô nói thấy mình bớt đi nữ tính. Cô nói cô cảm được cách mà cô biết một số phụ nữ cảm nhận sau khi cắt bỏ tử cung—tức là đã đánh mất một phần nữ tính. Cô cảm thấy bị tước mất điều gì đó cô không đáng bị mất, cảm thấy ba mươi mốt tuổi là còn quá trẻ để trải qua cuộc phẫn thuật này. Việc cắt bỏ tử cung đã đánh thức sự tức giận đối với bản thân và với chồng trong việc khuyến khích cô phá thai.

Trong suốt buổi nói chuyện này, Ellen cũng đặt câu hỏi có phải cô đang chịu sự trừng phạt của Chúa vì phá thai không. Mặc dù đã có lần cô nêu vấn đề này cách hời hợt, nhưng bây giờ có vẻ cô khá lo lắng và thẳng thắn đặt câu hỏi với Mục sư. Ông quả quyết với cô rằng ông không tin đây là cách hữu hiệu khi nghĩ về điều đã xảy ra. Ông cho biết bởi lòng thương xót Đức Chúa Trời đến với con người để giúp họ giải quyết những hậu quả của tội lỗi, không phải để làm tăng thêm hậu quả mang tính trừng phạt cách tự nhiên từ hành động của họ. Để minh họa, ông trích dẫn việc Chúa chu cấp quần áo bằng da thú để thay cho lớp che phủ bằng lá vả thô của A-đam và Ê-va. Ông cũng nói rằng chúa mà phạt cô vì việc phá thai bằng cách lấy đi của cô khả năng sinh con thì chúa đó sẽ lột lớp lá vả của A-đam và Ê-va để họ càng xấu hổ thêm, chứ hoàn toàn không như một Đức Chúa Trời đến với họ trong tội lỗi và mặc cảm phạm tội của họ và cứu chuộc họ. Ellen có vẻ được an ủi khi nghe điều này.

Rồi cô nói nhiều về cảm xúc không bao giờ có thể sanh con. Điều này tiếp tục làm cô chán nản. Cô nói về những cô gái trẻ có thai dù đó là điều cuối cùng họ muốn, trong khi cô muốn có thai lại không bao giờ có thể có lần nữa. Mục sư 'chộp' ngay cụm từ "muốn có thai" và hỏi cô có phải đó là điều cô thật sự muốn bây giờ nếu có thể được không. Trong khi chỉ cách đây bốn tháng cô đã chấm dứt một thai kỳ không mong muốn, thì bây giờ cô lại cảm thấy hầu như sẽ làm tất cả để có thai lại và sẽ nghênh đón nó ngay chính giờ phút này. Ellen bắt đầu thổn thức. Sau vài phút, mục sư nói:

> *Mục sư*: Nỗi đau cô đang chịu về việc không thể có con là rất lớn, và tôi có cảm giác, trong vài phương diện, nó khiến cô cảm thấy như thể thế giới đã sụp đổ hoàn toàn.

> *Ellen*: Đúng như vậy. Tôi biết không phải là mọi thứ kết thúc, nhưng đột nhiên tôi nhận ra mình thật sự mong được làm mẹ đến mức nào. Có thể chưa phải là tận thế nhưng hiện tại tôi cảm thấy giống như vậy.

Mục sư: Vâng, tôi nghĩ tôi hiểu điều đó. Và cảm xúc của cô là thật. Nhưng chúng ta hãy xem xét kỹ hơn việc cô có cảm giác mình đang ở ngõ cụt. Có thật như vậy không?

Ellen: Ồ, đúng là tôi chưa chết. Nhưng tôi không thể có con.

Mục sư: Đó là điều tôi đang thắc mắc. Đừng loại trừ việc nhận con nuôi. Cô không cần phải sanh con về mặt vật lý thì mới có kinh nghiệm làm cha mẹ. Đứa con cô nuôi dưỡng bằng tình yêu thương không cần phải là con do chính cô sinh ra. Nhiều năm qua tôi biết có nhiều cặp vợ chồng không thể sanh con đã nhận con nuôi và thấy đó là một đáp ứng đem đến sự thỏa mãn lớn cho mong muốn làm cha mẹ và nuôi nấng gia đình. Đừng loại trừ điều này tại thời điểm này.

Ellen: Tôi nghĩ có thể là Mục sư đúng, mặc dù nó sẽ không bao giờ giống y nhau.

Mục sư: Có lẽ nó không khớp với ý nghĩ đã có trước trong cô về vai trò làm cha mẹ, nhưng đó là ý tưởng quá hạn hẹp. Đừng giới hạn chọn lựa cho mình.

Bình luận: Loạt can thiệp ngắn này là nỗ lực nhằm mở rộng viễn cảnh cho Ellen. Khi người ta cảm thấy chán nản, đó thường là hậu quả từ việc mang những miếng che mắt. Phải chấp nhận và thừa nhận cảm xúc, nhưng đồng thời cũng có thể gợi ý những cách khác để tình huống với những khả năng mới.

Sau đó, Ellen tiếp tục nói về cảm giác đau buồn lan tỏa mà cô đang trải qua. Nhận thấy nỗi buồn này có liên hệ với những mất mát nằm ngoài những điều đã nhận diện, mục sư hỏi cô có thể nghĩ đến mất mát nào khác như là hậu quả của phá thai và phẫu thuật không. Sau một hồi suy nghĩ, cô cho biết cô cũng đánh mất nhận thức cũ về bản thân. Cô cảm thấy không bao giờ có thể trở lại làm người duy tâm chất phác như cô đã từng. Cô đã làm điều mà trước đây cô cho rằng không thể tưởng tượng nổi, và nếu cô có thể làm điều đó thì cô nghĩ bất cứ ai đều có thể làm bất cứ chuyện gì. Đây là một kinh nghiệm khiến cô choáng váng. Nó làm thay đổi không chỉ cách cô nhìn chính mình, mà cả cách cô nhìn người khác. Cô mô tả đó là đánh mất sự ngây thơ hay kết thúc tuổi thơ. Cô cũng nói rằng việc đánh mất nhận thức trước kia về bản thân chắc chắn là một phần của nỗi buồn, mặc dù cô không thể diễn tả thành lời ngay lúc đó. Sau đó là phần trao đổi sau:

> *Mục sư*: Khi nghe cô nói, tôi càng thấy rõ lý do cô cảm thấy buồn như vậy. Cô đã đánh mất quá nhiều trong mấy tuần và mấy tháng vừa qua. Cô đánh mất sự ngây thơ của mình, điều gì đó của chủ nghĩa duy tâm, và cách cô nghĩ về chính mình và về thế giới. Cô cũng đánh mất những phần quan trọng của cơ thể, và đây cũng là sự mất mát đáng kể nhất về tình cảm. Nhưng trên hết mọi sự, dĩ nhiên là cô cũng đánh mất khả năng sinh con, và đây là sự mất mát vô cùng to lớn đối với cô. Cô giống như người vừa mới trải qua sự chết của một người rất thân yêu rồi sau đó vài tuần lại mất một người thân yêu khác. Nỗi đau của cô là hậu quả được pha trộn từ từng sự mất mát trên. Nhưng tôi thấy dường như cảm xúc đó là điều bình thường, thậm chí còn lành mạnh nữa. Thật vậy, tôi lo lắng nhiều hơn cho cô nếu cô không thấy buồn. Nỗi buồn của cô sẽ giảm dần theo thời

gian, nhất là khi cô tiếp tục đối diện với những cảm xúc ẩn chứa bên dưới và đối phó với những mất mát. Còn ngay lúc này, cảm xúc là phản ứng thực tế trước những mất mát có thật.

Ellen: [Cười]. Tôi không chắc điều đó làm tôi cảm thấy dễ chịu hơn hay khó chịu hơn. Nhưng tôi nghĩ cũng tốt khi biết cảm xúc của tôi là bình thường. Tôi đã chán nản, rồi tôi lại bắt đầu tự suy xét về cảm giác đó của mình. Điều đó chỉ khiến tôi cảm thấy tệ hơn thôi.

Bình luận: Ở đây sự can thiệp của mục sư là nhằm giúp Ellen xem trải nghiệm của cô là chuyện bình thường. Các nhà tư vấn cần cẩn thận đừng bình thường hóa những việc bất bình thường, cũng đừng xem những việc bất bình thường là bình thường. Còn nỗi đau của Ellen dường như là một phản ứng bình thường trước sự mất mát lớn lao. Điều quan trọng nữa là nhận ra rằng tiến trình đau buồn về sự mất mát như điều Ellen đang đối diện bao gồm nỗi đau đớn về từng thành phần riêng biệt trong sự mất mát đó. Do vậy, mục sư cố gắng nhận diện các yếu tố trong sự mất mát của Ellen để giúp cô giải quyết từng cái một.

Tiếp theo phần thảo luận này, Ellen chuyển đề tài sang nói về chồng mình, cô nói rằng cô đã nói chuyện với anh về tư vấn hôn nhân và anh đã giận dữ vì cô cho rằng họ có nan đề. Anh nói rằng mọi nan đề đều là của cô và cô nên đến gặp bác sĩ tâm thần nếu muốn nói thêm về chuyện này. Ellen phần nào đã chuẩn bị tinh thần cho câu trả lời này, nhưng cô vẫn cảm thấy thất vọng. Cô thể hiện sự tức giận với anh vì cách anh đối xử với cô, rồi lại đau buồn về viễn cảnh của cuộc hôn nhân. Mục sư hỏi cô có ý kiến gì về cách giải quyết tình huống này không. Cô tuyên bố mình bất lực và hỏi ông cô nên làm gì. Mục sư không trả lời, mà bảo cô động não tìm hiểu những khả năng có thể. Dù có vẻ có nhiều khó khăn, nhưng từ từ cô bắt đầu nhận ra những điều cô có thể thực hiện có thể giúp chồng bớt tự vệ và giúp ích cho sự truyền thông của họ. Mục sư khuyến khích cô nhận biết nhiều mục tiêu cụ thể trong số những điều đó để thực hiện trước buổi gặp tiếp theo và kết thúc buổi tư vấn này bằng cách định ngày cho buổi tư vấn cuối cùng (ba tuần sau). Ông cũng cho biết rằng họ sẽ dùng buổi cuối để ôn lại sự tiến triển, xem xét ngắn gọn những mối quan tâm nào còn tồn đọng (bao gồm mối liên hệ của cô với cha vì cô vẫn muốn nói thêm về điều này), và cùng hướng đến tương lai.

Bình luận: Sự can thiệp của mục sư về hôn nhân của Ellen là một cách giải quyết vấn đề hay. Như đã nhận biết, những nan đề về hôn nhân của cô nằm ngoài trọng tâm hợp lý của năm buổi tư vấn. Tuy nhiên, việc lên kế hoạch cho những việc Ellen có thể thực hiện ngoài các buổi tư vấn là điều thích hợp, đặc biệt khi họ chuẩn bị kết thúc tư vấn. Mục sư không khuyến khích sự lệ thuộc vào ông bằng cách không nói cho cô biết điều cô nên làm đối với hôn nhân của mình, và bằng cách khuyến khích cô đưa ra những mục tiêu thực tế và cố gắng thực hiện trước buổi gặp sau cùng.

Buổi Thứ Năm (Ba Tuần Sau)

Ellen bắt đầu buổi cuối cùng khi nói về một vài điều cô đã cố gắng thực hiện để cải thiện sự truyền thông đối với chồng. Những nỗ lực này không thành công lắm. Cô và chồng đã có buổi nói chuyện khá tốt về những cảm xúc của cô liên quan đến việc cắt bỏ tử cung. Mặc dù anh khó chịu trước lời đề nghị của cô rằng vào thời điểm thích hợp họ có thể nghĩ đến việc nhận con nuôi, nhưng cô cảm thấy anh đã hiểu phần nào cảm xúc của cô. Tuy nhiên, không có gì khác thay đổi trong hôn nhân của họ.

Sau đó mục sư hỏi cô có vấn đề nào khác muốn bàn luận hay có suy nghĩ gì về điều họ đang thực hiện. Cô nói có suy nghĩ về bốn buổi trước và cảm thấy chúng vô cùng hữu ích. Khi được yêu cầu nói cụ thể hơn, cô cho biết điều quan trọng nhất mục sư đã làm cho cô là chấp nhận cảm xúc của cô và giúp cô chấp nhận cảm xúc của mình. Cô cũng nói rằng cảm xúc của mình đã thay đổi kha khá kể từ buổi đầu tiên. Cô tiếp tục trải nghiệm sự tha thứ của Chúa và chưa bao giờ thật sự nghi ngờ điều này trong những tuần gần đây. Tuy nhiên, trong khi cảm giác có lỗi và sự trầm cảm có phần khá hơn, thì cô vẫn còn thấy tức giận, nhất là đối với chồng. Điều này dẫn đến phần trao đổi sau:

> *Mục sư*: Hãy nói cho tôi biết đôi chút về sự tức giận này. Cô thấy giận nhất là khi nào?

> *Ellen*: Tôi nghĩ hầu như lúc nào tôi cũng giận, nhất là khi ở bên cạnh anh ấy. Tôi chỉ thấy anh ấy ích kỷ đến thế nào.

Anh ấy thật giống cha tôi. Tôi chưa bao giờ thấy điều đó rõ ràng như lúc này. Cả hai đều chỉ nhìn thấy lợi ích của chính mình. Bây giờ tôi bắt đầu hiểu mẹ tôi ắt hẳn cảm thấy thế nào. Tôi không biết làm thế nào bà lại ở với ông ấy lâu đến vậy. Tôi thật sự thấy tội nghiệp cho bà.

Mục sư: Tôi nghĩ cô nói đúng về một vài điểm giống nhau quan trọng giữa cha cô và chồng cô. Và vì vậy, chắc chắn một phần sự tức giận của cô đối với chồng là do cảm xúc đối với cha cô tràn qua. Tôi không biết cô có thấy đúng như vậy không.

Ellen: Có lẽ Mục sư nói đúng. Tôi chỉ biết rằng cách anh ấy đối xử với tôi khá tương tự. Tôi không cảm thấy anh ấy nhìn tôi hay thậm chí hiểu tôi theo chính con người của tôi. Anh ấy xem tôi chỉ như là phần mở rộng của chính anh ấy. Và đó chính là cách tôi luôn cảm nhận về cha mình. Khi tôi gặp Rick lần đầu tiên, anh ấy không hề giống cha tôi chút nào, nhưng bây giờ tôi thấy rằng những sự khác biệt chỉ là ở bên ngoài. Về cơ bản, không người nào biết cách yêu thương một ai khác ngoài chính bản thân mình.

Mục sư: Có thể điều đó là đúng. Nhưng tôi đề nghị cô cần cẩn thận để chắc chắn rằng cô đang nhìn chồng mình đúng với con người của anh ấy chứ không hoàn toàn qua lăng kính mang thành kiến từ cha cô. Dường như tôi thấy rơi vào cái bẫy này rất dễ, có lẽ không thể nào không xảy ra. Nhưng nếu cô ý thức về điều này, nó có thể giúp cô nhìn chồng mình theo chính con người của anh ấy, và không phản ứng trước những xung đột cũ với cha khi cô đối xử với chồng.

Bình luận: Ở đây, Mục sư đang quay lại vấn đề ông đã nhận diện vào cuối buổi tư vấn thứ nhì, tức là những điểm tương đồng trong các mối liên hệ của cô. Mục tiêu của mục sư trong những can thiệp này là để giúp Ellen nhận ra rằng những cảm xúc của cô đối với cha có thể đang làm sai lệch cảm nhận và mối quan hệ của cô với chồng mình. Nếu cô ý thức điều này, cô sẽ có thể liên hệ với chồng cách thực tế hơn. Nan đề hôn nhân dường như là vấn đề nổi bật chính yếu, và mục sư đang dùng buổi cuối cùng để giúp Ellen nhìn thấy một vài hướng cô có thể đi sau khi được tư vấn.

Rồi Mục sư hỏi Ellen có ý kiến gì khác về cách cô muốn đối xử với chồng mình. Cô nói cô tin chắc rằng họ cần gặp nhà tư vấn về hôn nhân, nhưng cô có rất ít hy vọng rằng chồng sẽ đồng ý. Cô nói tiếp là cô có rất ít hy vọng rằng anh ấy sẽ thay đổi. Mục sư bảo cô hãy giả sử trong một phút anh ấy không thay đổi và hãy xem cô sẽ đối phó việc này như thế nào.

> Ellen: Tôi nghĩ rằng tôi phớt lờ anh ta. Nếu tôi cứ cố gắng làm cho cuộc hôn nhân tốt đẹp hơn còn anh ta thì không thay đổi, thì tôi sẽ chỉ có thất vọng càng thêm mà thôi.

> *Mục sư:* Điều đó có thể đúng, nhưng tôi không chắc phớt lờ anh ấy hay thôi không cố gắng cải thiện hôn nhân là những giải pháp duy nhất. Một khả năng khác là giới hạn điều cô mong đợi nơi anh ấy. Nếu cô đòi hỏi anh ấy phải là người chồng đầy yêu thương, biết cảm thông và nhạy bén, thì có lẽ cô sẽ thất vọng. Mà không lẽ cô không thể có một hôn nhân tốt đẹp mà không có những điều đó sao? Chắc

chắn đó không phải là một hôn nhân lý tưởng, nhưng lẽ nào đó không phải là một hôn nhân khả thi sao?

Ellen: Nhưng điều đó không công bằng! Tôi đáng có một hôn nhân tốt hơn thế! Tôi đáng được một tình yêu thật sự. Và tôi xứng đáng có một người chồng sẵn sàng nói chuyện với tôi.

Mục sư: Cô nói đúng ở cả hai ý. Điều đó là không công bằng và cô xứng đáng được cái tốt hơn. Nhưng tôi hỏi cô đối phó thế nào nếu mọi việc không thay đổi với chồng của mình. Tôi không nói là mọi thứ sẽ không thay đổi. Nhưng tôi đang muốn cô phải thực tế và trong lúc này, xem xét khả năng anh ấy có thể không có thay đổi gì đáng kể.

Ellen: Tôi không chắc tôi có thể chịu được điều đó không. Ồ, tôi nghĩ rằng tôi có thể, nhưng tôi không tin là mình muốn như vậy. Tôi nghĩ tôi có thể bớt kỳ vọng về anh ấy, nhưng tôi không nghĩ rằng mình sẵn sàng tha cho anh ta dễ dàng như vậy.

Mục sư: Nhưng thật sự là cô đang trừng phạt ai khi đòi hỏi anh ấy phải là một người khác hơn chính con người của anh ấy? Ai đang bị tổn thương nhiều hơn, cô hay anh ấy?

Ellen: Chắc chắn tôi đang bị tổn thương nhiều hơn anh ấy. Vậy thì có lẽ Mục sư nói đúng. Có lẽ tôi cần phải thay đổi điều tôi mong đợi nơi anh ấy. Có lẽ tôi nên suy nghĩ thêm về điều này.

Mục sư: Tôi nghĩ là cô nên suy nghĩ thêm. Nếu cô có thể thay đổi một số những kỳ vọng của mình, thì tôi nghĩ rằng cô sẽ cảm thấy bớt giận anh ấy hơn. Hiện tại, một phần cơn giận của cô có liên quan đến đòi hỏi của cô rằng anh ấy phải là một con người khác. Cô đang yêu cầu anh ấy thay đổi. Anh ấy có thể không thay đổi như cô muốn.

Ellen: Có lẽ Mục sư đúng. Đó là một trong những điều khiến tôi cảm thấy tuyệt vọng nhất về hôn nhân.

Mục sư: Ngoài việc bớt kỳ vọng vào anh ấy, tôi không biết cô còn có suy nghĩ nào về cách liên hệ với chồng mình không. Đức tin của cô có cho cô nguồn tài nguyên nào để đối phó với một hôn nhân không được thỏa lòng cho lắm không?

Ellen: Niềm tin Cơ Đốc cho tôi biết rằng tôi cần tha thứ anh ấy về những điều anh đã làm cho tôi trong quá khứ. Và tôi nghĩ rằng tôi sẽ phải tiếp tục làm như vậy trong tương lai. Nhưng tôi không biết tôi có thể làm như thế hay không.

Mục sư: Tôi nghĩ cô nói đúng ở hai việc: sự tha thứ đó khó như thế nào và sự tha thứ quan trọng ra sao đối với cô cùng chồng cô. Anh ấy có thể còn không biết cô cần tha thứ cho anh ấy để làm gì. Cô không thể chờ tới lúc anh ấy đến cầu xin cô tha thứ. Nhưng với sự giúp đỡ của Chúa, thì đó là một việc rất lớn mà cô có thể làm. Và có lẽ sẽ dễ dàng hơn cho cô khi chính cô đã nhận lấy sự tha thứ của Chúa. Nhận biết chúng ta cần sự tha thứ của Chúa, rồi trải nghiệm sự tha thứ đó thường giúp ích cho chúng ta rất nhiều khi tha thứ người khác. Tôi nghĩ rằng cô đang ở ngay trên con đường hướng đến việc sẵn sàng tha thứ chồng về những việc anh đã làm cho cô trong quá khứ, và tôi cũng nghĩ rằng cô đang thực tế khi thừa nhận đây sẽ không phải là lần cuối cùng cô cần phải làm như vậy.

Tới đây, Mục sư cũng gợi ý rằng Ellen đừng từ bỏ ý nghĩ tìm đến nhà tư vấn hôn nhân cũng như đừng hiểu những lời nhận xét của ông như là ông muốn nói những thay đổi ở chồng cô hay trong hôn nhân của họ là điều không thể có được. Ông cũng cho biết rằng cho dù chồng cô không đi gặp nhà tư vấn hôn nhân, thì cô cũng có thể đi vì chính mình. Một lần nữa ông đề nghị giúp cô liên lạc với nhà tư vấn hôn nhân nếu cô muốn.

Biết rằng họ sắp kết thúc buổi tư vấn, Mục sư hỏi Ellen cảm thấy thế nào về mối liên hệ tư vấn sắp chấm dứt. Cô nói cô cảm thấy hơi buồn, vì cô thấy các buổi tư vấn rất ích lợi. Cô nói rằng buổi hôm nay đặc biệt giúp ích cho cô và cô muốn có thể nói chuyện thêm với ông về những vấn đề này. Ông trả lời rằng cần phải kết thúc mối liên hệ tư vấn vì họ đã hoạch định như vậy, nhưng nếu sau một thời gian cô vẫn muốn quay lại gặp ông thì cứ tự nhiên gọi điện cho ông và sắp xếp buổi hẹn. Ông nói với cô rằng ông hiểu phần nào nỗi buồn của cô khi không tiếp tục gặp nhau nữa, vì ông cũng thấy thích khi làm việc chung với cô. Rồi ông hỏi cô có muốn ông cầu nguyện kết thúc như một lời chúc phước không, và cô đã đồng ý với lòng biết ơn.

Bình luận: Buổi cuối cùng minh họa cho công việc ở giai đoạn 3 trong tư vấn mục vụ có chiến lược. Tư vấn kết thúc tại đây, mặc dù Ellen tỏ ra mong muốn tiếp tục gặp Mục sư và vẫn còn đối diện một vài vấn đề nghiêm trọng. Nhưng cô đã nhận được sự giúp đỡ đáng kể cho những vấn đề đã khiến cô tìm đến tư vấn, và cô đã nhận được sự giúp đỡ đặc biệt từ tư vấn mục vụ. Nếu cô có chọn một người tư vấn khác, cô sẽ chọn dựa trên nền tảng có được từ trải nghiệm tư vấn này.

Không một trường hợp nào có thể tiêu biểu cho mọi loại tư vấn. Kinh nghiệm của Ellen là kinh nghiệm của một tín hữu cụ thể với một mục sư cụ thể vào một thời điểm cụ thể. Với một số người khác, không khí của các buổi tư vấn cảm động hơn, với những người khác nữa thì mang tính giáo huấn và nhận thức hơn, còn với một số khác thì cụ thể và hướng đến hành vi hơn. Những nhấn mạnh này khác nhau tùy theo nhà tư vấn mục vụ cũng như tùy theo thời điểm khác nhau ở cùng một người tư vấn.

Tuy nhiên, điểm đặc thù trong trường hợp của Ellen là một người vật lộn với những trải nghiệm cuộc sống được tư vấn bởi một mục sư như người đại diện của Đấng Christ và tiếp nhận cô cũng như thế. Điều mục sư cho cô là thời gian, sự quan tâm, và kỹ năng trò chuyện trị liệu. Nhưng quan trọng hơn là ông đã đem cô vào mối liên hệ với Đức Chúa Trời và với nguồn tài nguyên thuộc linh của đời sống Cơ Đốc. Đây là nguồn năng lực sống động của tư vấn mục vụ có chiến lược. Hiệu lực của nó không chủ yếu ở những can thiệp mang tính chuyên môn của nhà tư vấn mà là ở trong thân vị của Đấng Christ, và trong quyền năng mang đến sự giải hòa, nâng đỡ và chữa lành của Thánh Linh.

Chương 6

Bill: Minh Họa Ca Tư Vấn Một Buổi

Mục sư thường nghĩ về tư vấn như một mối liên hệ tiếp diễn mà không biết rằng nó thường có thể được thực hiện chỉ trong vòng một buổi. Điều này đặc biệt đúng với tư vấn mục vụ có chiến lược, là loại tư vấn, vì bản chất tập trung của nó, vô cùng phù hợp với nhu cầu của người muốn có một sự tham khảo mục vụ ngắn gọn hơn là một kinh nghiệm tư vấn kéo dài. Trường hợp này cho thấy cách tư vấn một buổi có thể bao gồm các nhiệm vụ chính của mô hình tư vấn mục vụ có chiến lược và có thể đem đến sự hiện diện mang tính mục vụ cho người tìm sự giúp đỡ.

Bill[1] là một người đàn ông bốn mươi tuổi đã có gia đình và là một thuộc viên hội thánh lâu năm. Anh và vợ khá gắn bó với hội thánh, và ba người con của họ cũng lớn lên trong hội thánh. Từ đó đến nay, anh là giám đốc tiếp thị cho một mục vụ Cơ Đốc liên quan đến sự phát triển cộng đồng và cứu tế ở thế giới thứ ba. Việc giảm các mức hỗ trợ tài chính

---

1. Hình thức rút gọn của nghiên cứu trường hợp này trước đây đã được Benner and Harvey (1996) xuất bản.

cho tổ chức gần đây đã dẫn tới sự loại bỏ vị trí của anh. Bill nhận được một gói trợ cấp thôi việc sáu tháng và trong sáu tháng này anh có thể tìm được một chỗ làm trong một công ty quảng cáo làm công việc tương tự với khoản đền bù khá nhiều.

Có vài lần Bill đã nói vắn tắt với mục sư về sự chuyển đổi này. Cuộc trò chuyện hiện tại bắt đầu sau giờ nhóm khi mục sư hỏi anh công việc diễn tiến như thế nào. Điều này dẫn đến cuộc trao đổi bên dưới:

> *Bill*: Công việc tiến triển khá tốt, nhưng tôi phải thừa nhận là tôi vẫn đang trải qua giai đoạn khó khăn khi nói đến cách chấm dứt công việc làm trước kia.

> *Mục sư*: Tôi rất tiếc về việc đó. Anh gặp khó khăn như thế nào?

> *Bill*: Tôi không chắc bây giờ có phải là lúc nói đến việc này không. Hơi khó giải thích. Có lẽ bữa nào đó tôi ghé qua văn phòng của Mục sư nói chuyện. Tuần này Mục sư có rảnh không? Tôi nghĩ không mất nhiều thời gian đâu, nhưng tôi muốn nói hết ra một số điều.

> *Mục sư*: Tôi rất vui nếu chúng ta gặp nhau. Để sáng mai tôi sẽ gọi cho anh và chúng ta sẽ chọn thời gian gặp nhau sớm.

Bình luận: Nếu thành thật, Mục sư sẽ phải thừa nhận câu hỏi của bà về công việc là một lời chào xã giao hơn là một câu hỏi nghiêm túc. Do đó, bà có phần ngạc nhiên trước câu trả lời của Bill, nhưng bà nhanh chóng lấy lại bình tĩnh và hỏi chi tiết hơn. Điều này cũng không mang lại kết quả như mong muốn, vì Bill cho biết thời điểm và khung cảnh không thích hợp để trả lời của hỏi của bà. Điều này cho thấy rõ rằng anh đang đối diện những khó khăn thật sự.

Vài ngày sau, Bill và Mục sư gặp nhau.

Mục sư: Chào anh Bill. Rất vui được gặp anh.

Bill: Cám ơn Mục sư. Tôi thật sự vui khi bà hỏi tôi về công việc. Như tôi đã nói, công việc diễn ra khá ổn. Nó khá tương tự với việc tôi đang làm trước đây. Điều khác biệt duy nhất là tôi không còn làm cho tổ chức Cơ Đốc, và bây giờ thì điều đó cũng không sao. Vấn đề không ở công việc mới của tôi. Vấn đề là cảm xúc của tôi đối với công việc cũ.

Mục sư: Hãy nói cho tôi biết thêm về cảm xúc của anh.

Bill: Tôi thật sự vẫn còn buồn bực về cách họ loại bỏ tôi. Thật ra, trong một vài phương diện, hiện giờ tôi buồn hơn cách đây sáu tháng khi sự việc xảy ra. Lúc đó, họ nói với tôi rằng việc chấm dứt của tôi không có liên quan gì đến tôi. Đó hoàn toàn là vấn đề cải tổ khiến cho bộ phận của tôi bị dư thừa. Thật ra, điều họ nói với tôi là họ sẽ dùng các cơ quan quảng cáo bên ngoài để làm công việc của bộ phận của tôi và điều này sẽ mang lại lợi nhuận nhiều hơn cho tổ chức. Có lẽ họ đã làm như thế một thời gian, nhưng tôi mới biết rằng gần đây họ thuê một người làm phần lớn những điều tôi đang làm trước đó. Tôi không nghĩ người này có khả năng như tôi, nhưng điều đó vẫn làm tôi thấy buồn khi nghĩ rằng họ sa thải tôi—nói với tôi điều đó không liên quan đến tôi, nhưng rồi họ thay đổi hoàn toàn và thuê người khác làm công việc của tôi.

Mục sư: Việc đó thật sự đáng buồn. Chắc chắn nó làm anh cảm thấy bị phản bội. Nó không thể không khiến anh nghĩ rằng họ không hoàn toàn thẳng thắn với anh.

Bill: Chính xác là như vậy. Và họ còn cho rằng họ là Cơ Đốc nhân! Đó thật sự là điều làm tôi phát tức. Đó là lần cuối cùng tôi làm cho một tổ chức Cơ Đốc. Tôi sẽ tận dụng cơ hội làm việc với chó sói. Hãy cứu tôi thoát khỏi bầy chiên!

Mục sư: Nghe như là phần lớn tổn thương của anh là sự thất vọng với cách họ cư xử như những Cơ Đốc nhân. Anh kỳ vọng nhiều hơn từ tổ chức vì điều đó. Anh bị bầy chiên cắn trong khi từ đó đến giờ anh được dạy rằng chó sói mới cắn.

Bình luận: Những phút đầu tiên này cho phép Bill và Mục sư bắt đầu khá tốt các nhiệm vụ của giai đoạn gặp gỡ trong tư vấn mục vụ có chiến lược. Vì đã có mối liên hệ từ trước nên họ có thể bắt đầu ngay. Mục sư đã đưa ra giới hạn cần thiết trong cuộc nói chuyện điện thoại trước buổi tư vấn. Bà cho biết bà có một giờ đồng hồ để tiếp anh và bà mong được nghe nhiều hơn về những điều anh lo lắng cũng như mong làm việc với anh để cố gắng xem xét mọi việc. Vì những điều này đã được lưu ý, nên mục sư và tín hữu có thể nhanh chóng đi vào giai đoạn tìm hiểu mối bận tâm chính.

Bill: Đó là điều thật sự gây tổn thương. Họ nói những lời rất hay, nhưng điều bạn thấy không phải là điều bạn nghe. Họ nói đến việc xây dựng tổ chức trên các giá trị Cơ Đốc, nhưng trong lúc tôi còn làm tôi thấy nhiều người bị đối xử tệ bạc. Tôi không phải là người đầu tiên bị đối xử một cách xấu hổ như vậy, và có lẽ tôi sẽ không phải là người cuối cùng. Nếu họ chỉ muốn thay tôi bằng một người khác ít tốn kém hơn, họ nên nói với tôi điều đó. Nhưng còn lòng trung thành ở đâu? Tôi đã phục vụ họ tốt trong bốn năm và đã phục vụ trong khi cắt giảm một phần lớn tiền lương tôi có thể kiếm được. Đó là cam kết của tôi dành cho họ. Còn cam kết của họ đối với tôi ở đâu?

Mục sư: Một câu hỏi hay. Nhưng chúng ta hãy quay lại trọng tâm. Hãy quay lại lý do anh nhận một vị trí trong tổ chức này. Tôi muốn nghe anh nói về những hy vọng khi làm việc trong một tổ chức Cơ Đốc. Tôi không biết chúng có liên quan gì đến nỗi thất vọng của anh không.

Bình luận: Đây là một can thiệp hay. Nó giữ cho trọng tâm hướng vào Bill, chứ không phải người chủ trước kia. Nó cũng giới thiệu một chiều kích về lịch sử quan trọng đối với nan đề của anh, và do đó có liên hệ đến nhiệm vụ đặt các vấn đề hiện tài vào bối cảnh lịch sử. Cuối cùng, nó giới thiệu một loạt thảo luận sẽ giúp mục sư hiểu rõ hơn phản ứng thuộc linh của Bill trước việc sa thải và sự cay đắng anh đang trải qua.

Để trả lời câu hỏi của Mục sư về lý do lúc đầu anh muốn làm việc cho tổ chức Cơ Đốc, Bill nói rằng anh muốn phục vụ Chúa và tác động đến thế giới. Trước đó anh đã làm nhiều công việc với các công ty quảng cáo bên ngoài và không hoàn toàn hạnh phúc với công việc của mình. Anh thấy bực bội vì chất lượng xảo quyệt của ngành công nghiệp quảng cáo và định bỏ nghề để làm việc gì đó hoàn toàn khác, thì anh được giới thiệu một vị trí trong tổ chức Cơ Đốc này. Anh nói anh rất hào hứng trước cơ hội đem kỹ năng của mình sử dụng trong môi trường Cơ Đốc. Anh cũng thích thú khi làm việc với Cơ Đốc nhân vì anh nghĩ anh sẽ được đối xử công bằng hơn những người bị đối xử ở những nơi anh đã làm trước kia.

Mục sư: Anh có bị đối xử bất công trong bất kỳ công việc nào trước kia không?

Bình luận: Đây là một câu hỏi tuyệt vời. Mục sư đang cố gắng thiết lập một nền tảng cho các mối quan tâm hiện tại của Bill. Nếu Bill có lịch sử cảm thấy bị chủ đối xử bất công, thì có khả năng anh đã đóng góp vào thất bại trong công việc hiện tại.

Bill: Không có gì tệ như trong công việc vừa qua. Công ty tôi làm việc lâu nhất trước công ty này đã làm ngơ một cơ hội thăng tiến xứng đáng dành cho tôi, mà đưa cho một người kém năng lực hơn tôi. Lúc đó tôi thất vọng, nhưng cuối cùng tôi nhận ra rằng bạn không thể chỉ hy vọng vào sự công bằng. Tôi nghĩ rằng đó là lý do lớn nhất mà tôi muốn làm việc cho một tổ chức Cơ Đốc. Tôi thật sự hy vọng điều gì đó tốt đẹp hơn những điều tôi đã trải nghiệm trong các công việc khác.

Mục sư: Anh có thấy điều đó như là một phần của khuôn mẫu trong cuộc sống mình không—thấy thất vọng về những người đối xử không công bằng? Kết luận rằng anh không thể hy vọng vào sự công bằng nghe có vẻ như trước đây anh cũng có kinh nghiệm này.

Bill: [Sau một hồi lâu] Tôi chưa hề nghĩ đến điều này như một khuôn mẫu, nhưng có thể là như vậy. Chắc chắn tôi có kinh nghiệm với những người không công bằng, và tôi nghĩ rằng tôi dễ thất vọng về con người. Tôi ước gì đây không phải là sự thật, nhưng hầu hết mọi người dường như đều không đạt tới những tiêu chuẩn họ đặt ra cho người khác, và có vẻ như tôi nhìn thấy điều này cách nhanh chóng và rõ ràng. Vợ tôi nói rằng tôi nhạy với sự giả hình. Có lẽ đó là một tai họa hơn là ơn phước, nhưng tôi nghĩ cô ấy nói đúng.

Mục sư: Anh phản ứng thế nào khi khám phá ra rằng cuộc sống không công bằng và hầu hết mọi người đều không thực hành điều họ giảng? Nó có làm thay đổi cách anh cảm nhận về hội thánh và ngay cả Đức Chúa Trời không?

Bình luận: Đây là một nỗ lực khác nhằm hướng vào khía cạnh thuộc linh trong trải nghiệm của Bill. Mục sư không muốn đây chỉ là một buổi phỏng vấn có tính điều trị. Bà muốn nhận ra những hàm ý thuộc linh trong những tranh chiến của anh và nguồn tài nguyên thuộc linh hữu ích nhất cho anh.

Bill: Tôi e rằng có. Tôi cố gắng không suy luận, nhưng thành thật mà nói, tôi phải thừa nhận rằng tôi kỳ vọng ít hơn từ Cơ Đốc nhân. Và mặc dù tôi không nghĩ rằng mình giận Chúa, nhưng tôi nghĩ tôi cảm thấy gần Chúa ít hơn. Tôi nghĩ toàn bộ trải nghiệm khiến tôi thu mình lại và tránh xa mọi người. Có lẽ tôi cũng xa Chúa, mặc dù tôi không ý thức mình đang làm như vậy. Tôi nghĩ tôi hơi quá quan tâm đến bản thân—ít ra đó là điều vợ tôi nói với tôi.

Mục sư: Thế nhưng anh tìm tôi, nói với tôi về những tranh chiến của mình và hỏi xem chúng ta có thể nói chuyện không. Vậy là anh hoàn toàn không từ bỏ hội thánh hay xa lánh người khác.

Bill: Đúng vậy. Tôi nghĩ tôi đã trả lời câu hỏi của Mục sư cách thành thật vì tôi không thích điều đang xảy đến với tôi. Tôi không thích cách nó làm tôi tức giận chủ trước của mình, tôi không thích cách nó khiến tôi cay đắng về các tổ chức Cơ Đốc, tôi không thích cách nó khiến tôi mất lòng tin vào mọi Cơ Đốc nhân, và tôi không thích cách nó làm tôi cảm thấy xa cách Chúa.

Mục sư: Điều nào trong những điều này anh muốn tập trung vào bây giờ?

Bình luận: Đây là một câu hỏi hay. Nếu không hỏi câu này, Mục sư có lẽ định hướng cho buổi phỏng vấn theo điều bà cho là quan trọng nhất. Nhưng Bill đáng được quyền định hướng cuộc trò chuyện xoay quanh điều anh nghĩ là quan trọng nhất. Đó là bản chất của tư vấn và là sự khác biệt chính giữa tư vấn và hầu hết các hình thức khác của mục vụ chăn bầy.

Bill: Ồ, tôi cho rằng câu trả lời phù hợp là cảm xúc của tôi về Đức Chúa Trời, nhưng thật ra tôi thấy cần được giúp đỡ nhất về cảm xúc đối với người chủ trước của tôi. Đó thật sự là nơi tôi cảm thấy bị bế tắc.

Mục sư: Vậy thì đó chính là nơi chúng ta phải tập chú vào. Hãy cho tôi biết ý của anh là gì khi anh nói anh bị bế tắc.

Bill trả lời rằng anh đã cố gắng tha thứ cho chủ cũ nhưng vẫn cứ thấy tức giận. Khi được hỏi anh cố gắng tha thứ điều gì, thì anh nói những điều chung chung. Mục sư đề nghị anh dành vài phút liệt kê những việc cụ thể anh cảm thấy anh đã mất khi bị sa thải.[2] Việc này hóa ra lại khá hữu ích. Dưới đây là danh sách của anh:

- Ý thức về năng lực—đây là thất bại thật sự đầu tiên của tôi trong đời.

- Nhiều bạn bè—vì tôi không còn gặp họ ở cơ quan, nên tôi mất liên lạc với họ.

- Cảm giác tác động đến thế giới

- Khả năng sử dụng một ngày để làm những việc quan trọng đối với cam kết Cơ Đốc của tôi.

- Hy vọng về ảnh hưởng mà một người Cơ Đốc có thể tạo ra trong một con người.

- Khả năng tin tưởng con người

Mục sư hỏi anh điều nào trong những điều này là mất mát to lớn nhất.

Bill: Chắc chắn đó là thất vọng trong việc tạo ảnh hưởng mà một Cơ Đốc nhân có thể thực hiện. Khi thừa nhận điều này, tôi thật sự đau buồn, nhưng có vẻ như chúng ta đã bị lừa dối bởi chính mỹ từ của chúng ta. Đức tin có thể tác động lên mối liên hệ của chúng ta với Đức Chúa Trời,

---

2. Đây là một ví dụ hay về xử lý cảm xúc trong giai đoạn gặp gỡ. Sự tức giận mà một người không thể phóng thích trong sự tha thứ thường có liên quan đến nỗi đau chưa được giải quyết trước những điều bị đánh mất trong tình huống gây tổn thương. Mục sư thể hiện hiểu biết tốt về nguyên tắc này qua câu hỏi ở thời điểm này.

nhưng dường như nó thật sự không có tác dụng nhiều liên quan đến bản chất con người và cách họ liên hệ với người khác. Tôi ước gì nó sẽ ngược lại, nhưng hiện tôi thấy khó tin vào điều ngược lại này.

Mục sư: Trong tất cả những điều anh cảm thấy mất mát khi bị sa thải, đây là mất mát lớn nhất của anh. Sự thay đổi thuộc linh thật giờ đây dường như là một hy vọng ngây thơ. Nhưng nếu điều đó là đúng, thì nó thật sự là điều đáng buồn cho anh.

Bill: Đó thật sự là điều làm tôi buồn nhất. Tôi nghĩ tôi biết cảm xúc của mình không phải là một phản chiếu tốt của hiện thực, nhưng tôi đã đánh mất hy vọng.

Mục sư: Điều gì sẽ phục hồi hy vọng đó cho anh?

Bill: Tôi nghĩ tôi cần nhìn thấy những thay đổi thật sự trong người nào đó—tôi muốn nói những thay đổi *thật sự*.

Mục sư: Trong bản thân anh, những thay đổi thật sự là như thế nào?

Bình luận: Đây là một câu hỏi hay. Nó chuyển cuộc nói chuyện từ những khái niệm trừu tượng vô ích (loại thay đổi nói chung là mang tính thuyết phục) sang những điều cụ thể cá nhân (loại thay đổi trong chính anh mà anh mong mỏi nhất)

Bill: Ồ, thật là một câu hỏi hay! [sau một hồi lâu] Tôi nghĩ tôi cần kinh nghiệm sự giúp đỡ của Đức Chúa Trời để thật sự tha thứ chủ cũ của tôi. Đó là điều tôi thật sự muốn, nhưng đó cũng là nơi tôi cảm thấy bị bế tắc.

Mục sư: Nếu anh cảm thấy đó là điều mình thật sự muốn, thì anh cảm thấy thế nào nếu chúng ta để một phút cầu nguyện xin Chúa cho anh sự giúp đỡ anh cần?

Bill: Tôi đồng ý.

Rồi mục sư có lời cầu nguyện ngắn. Bà cầu xin Chúa ban cho Bill ơn nhận biết được tha thứ là gì để anh cũng biết tha thứ là gì. Rồi họ nói chuyện trở lại.

Bill: Tôi thấy thật thú vị khi mục sư cầu xin Chúa cho tôi biết được tha thứ là gì. Điều tôi đột nhiên nhận ra là Đức Chúa Trời ắt cũng cảm thấy như vậy đối với tôi, như tôi cảm thấy với chủ cũ của mình. Tôi làm Chúa thất vọng và không đáp ứng những mong đợi của Ngài nơi tôi, ngay cả bây giờ khi tôi đang gặp khó khăn trong việc tha thứ người khác. Nhưng ngay khi tôi nhận thấy mình cần Chúa tha thứ, thì tôi biết rằng tôi đã được tha. Tôi thật sự không nghi ngờ về điều đó. Và bởi vì tôi đã được tha thứ, nên tôi cũng có thể tha thứ cho người khác. Điều đó thật sự rất quan trọng.

Mục sư: Tôi cũng nghĩ vậy. Khi tôi thấy khó tha thứ ai đó về điều họ đã làm cho tôi, tôi lại chạy đến với Chúa để được Ngài tha thứ. Rồi tôi nhớ lại tha thứ là gì—là truyền cho người khác tình yêu của Chúa mà Ngài đã dành cho tôi.

Bill: Tôi sẵn sàng làm điều đó. Thật vậy, tôi thấy mình đã sẵn sàng.

Mục sư: Nếu vậy, anh có sẵn lòng chuyển điều đó thành một lời cầu nguyện cho người ấy không? Anh không cần phải cầu nguyện ra thành tiếng, nhưng thật sự anh sẽ không thể giữ cơn giận của mình đồng thời cầu nguyện Chúa ban phước cho người đó. Anh có sẵn sàng làm điều này không?

Bill: Rất sẵn lòng, và tôi muốn cầu nguyện lớn tiếng với mục sư ngay bây giờ.

Sau khi cầu nguyện, Mục sư hỏi Bill có cảm thấy đã nhận được sự giúp đỡ anh cần khi muốn đến nói chuyện với Mục sư, hay có cách nào khác Mục sư có thể giúp anh. Anh nói rằng anh cảm thấy buổi tư vấn hết sức hữu ích và anh thật sự không cần giúp thêm gì nữa. Anh có ý muốn nói cho Mục sư biết mọi chuyện như thế nào, nhưng anh nói anh cảm thấy một sự thay đổi trong mối liên hệ của anh với Chúa và hội thánh. Sự thay đổi đó cho anh biết sự tha thứ của anh là chân thành. Mục sư trả lời rằng mặc dù chắc chắn là chân thành, nhưng nó có thể không phải là cuối cùng. Bà khuyến khích anh chuẩn bị tinh thần đối diện với những cảm xúc oán giận sau này đối với sự sa thải và cầu nguyện cho chủ cũ. Rồi họ kết thúc buổi tư vấn.

Khi Bill gặp Mục sư nhiều tuần sau đó, anh nói rằng buổi tư vấn là một cú đột phá mà anh cần. Anh nói thỉnh thoảng anh vẫn cảm thấy tủi thân và đôi lần thấy tức giận khi nghĩ về hoàn cảnh của mình hay người chủ cũ. Tuy nhiên, những cảm xúc không còn mạnh mẽ như trước kia, và anh đã có thể thả ra từng đợt sóng thất vọng hay tức giận khi nó ập vào anh. Anh cũng nói anh tiếp tục cảm thấy gần gũi Chúa hơn và đặc biệt nếm biết ý nghĩa của việc được Chúa tha thứ.

Phần lớn việc tư vấn mà mục sư thực hiện không nằm trong cấu trúc của mối liên hệ tư vấn của các nhà tư vấn sức khỏe tâm thần. Các cuộc gặp gỡ thường không lên lịch trước, mà thường theo kiểu thoải mái và không phải lúc nào cũng ở trong văn phòng. Tín hữu thậm chí có thể kết thúc sự tương tác mà không hề nhận biết họ đang "được tư vấn". Và rất thường là buổi gặp gỡ không quá bốn mươi phút.

Tư vấn mục vụ có chiến lược hoàn toàn phù hợp với những buổi tư vấn ngắn, ít trang trọng. Một khi mục sư đã có được cấu trúc cơ bản của kiểu tư vấn, mục sư có thể bổ sung theo nhiều cách khác nhau.

Mục sư cần học cách sử dụng những cuộc trò chuyện "có tính tư vấn" ngắn gọn mà họ thường hay có, thay vì tìm cách đưa người khác vào mối liên hệ tư vấn trang trọng hơn. Tư vấn mục vụ có chiến lược cho phép mục sư làm đúng điều này. Đồng thời, nó cũng cung cấp khung hữu ích cho những mục sư tư vấn trong phạm vi cấu trúc mang tính truyền thống hơn, đòi hỏi phải có nhiều cuộc hẹn trước. Điều muốn nói ở đây là tư vấn không thể bị giới hạn trong cách thức này hay cách thức kia. Tư vấn mục vụ có chiến lược hoàn toàn phù hợp với cả hai cách.

Phụ Lục:
Những Cân Nhắc
về Đạo Đức
Trong Tư Vấn Mục Vụ

Những người làm công tác tư vấn mục vụ, cũng giống như bất kỳ nhà tư vấn nào, phải chú ý những điều liên quan đến đạo đức trong tư vấn. Những người là thuộc viên của một tổ chức tư vấn chuyên nghiệp (ví dụ American Association of Pastoral Counselors, American Association of Marriage and Family Therapists, American Psychological Association, hay Christian Association of Psychological Studies) chịu trách nhiệm trước quy tắc đạo đức của tổ chức đó. Tuy nhiên, tất cả mục sư tư vấn—cho dù họ có là thuộc viên như thế hay không—cũng cần phải hiểu rõ khung đạo đức của công tác tư vấn.

Những quy tắc về tư cách đạo đức được các tổ chức tư vấn đưa ra có nhiều điểm chung. Tuy nhiên, những quy tắc do những nhà tư vấn mục vụ đưa ra đặc biệt giúp ích cho mục sư. Cá nhân tôi giới thiệu quy tắc đạo đức của American Association of Pastoral Counselors (Hội Tư vấn Mục vụ Mỹ) khuyến khích tất cả những mục sư tư vấn phải biết rõ. Có thể tìm thấy những quy tắc này trên mạng tại www.aapc.org/ethics.htm.

Dưới đây là năm chỉ dẫn, dù không phải toàn diện, nhưng cũng là khung cho việc thực hành đạo đức của tư vấn mục vụ.

- *Bảo vệ quyền lợi của những người bạn tư vấn.* Điều này bao gồm nhưng không giới hạn quyền đồng ý với tất cả mọi khía cạnh của công tác cả hai cùng thực hiện, quyền tự quyết và tự do không bị lôi kéo hay ép buộc dù dưới hình thức nào, quyền tự do không bị quấy rối hay phân biệt đối xử, quyền tự do không bị xâm phạm riêng tư cách không cần thiết hay vì ham muốn không lành mạnh, và quyền được bảo mật.

- *Tránh mối liên hệ vai trò kép.* Một trong những cách mà nhà tư vấn có thể bảo vệ quyền lợi của những người họ tư vấn là tránh tư vấn cho người mà họ có tình bạn thân thiết, có mối liên hệ làm ăn hay công việc, hay bất kỳ loại quan hệ qua lại nào khác đang tiếp diễn. Những người như thế nên được chuyển giao cho người khác, cho dù họ có phản đối như thế nào.

- *Tránh những sự thân mật lãng mạn hay mang tính nhục dục trong tư vấn.* Chỉ dẫn này có vẻ hiển nhiên, nhưng vi phạm ranh giới đạo đức cơ bản này vẫn là điều phổ biến đáng lo ngại. Tuyệt đối không có lời bào chữa nào cho loại lạm dụng này, và bất kỳ hành động nào hướng đến ranh giới đều cần phải chấm dứt ngay mối liên hệ tư vấn.

- *Ý thức về những hạn chế của mình.* Mọi nhà tư vấn đều có những hạn chế. Những người tư vấn về đạo đức phải cảnh giác với những hạn chế này và cẩn thận không hành động ngoài phạm vi khả năng của họ. Mục sư có thể ở bên trong phạm vi khả năng này qua việc cho ý kiến, giám sát và có những chuyển giao thích hợp.

- *Vẫn giữ mối liên hệ mang tính trách nhiệm cá nhân.* Thực hành đạo đức trong tư vấn được thực hiện và duy trì cách tốt nhất bên trong bối cảnh tinh thần trách nhiệm cao, chứ không chỉ là biết rõ những tiêu chuẩn và chỉ dẫn. Những mối liên hệ như vậy phải bắt đầu từ bên trong hội thánh và cộng đồng đức tin, nhưng cũng nên mở rộng cho những thành viên trong các tổ chức tư vấn chuyên nghiệp như là American Association of Pastoral Counselors. Tinh thần trách nhiệm cũng có thể đạt được qua việc bàn bạc và giám sát đang tiếp diễn với những nhà tư vấn khác có kinh nghiệm. Lý tưởng là những mối liên hệ như vậy bao gồm những mục sư tư vấn khác, nhưng cũng không nên bỏ qua những mối liên hệ có thể có với những nhà tư vấn và tâm lý trị liệu có kinh nghiệm khác.

Tài Liệu Tham Khảo

Adams, J. 1970. *Competent to Counsel*. Grand Rapids: Baker.

Aden, L. 1988. Pastoral Care and The Gospel. In *The Church and Pastoral Care*, edited by L. Aden and J. Harold Ellens. Grand Rapids: Baker.

Aden, L., and J. H. Ellens, eds. 1988. *The Church and Pastoral Care*. Grand 151 Rapids: Baker.

Allen, D. 1981. *The Traces of God in A Frequently Hostile World*. Cambridge, Mass.: Cowley Publications.

Benner, D. 1983. The Incarnation as A Metaphor for Psychotherapy. *Journal of Psychology and Theology* 11: 287–94.

———. 1988. *Psychotherapy and The Spiritual Quest*. Grand Rapids: Baker.

———. 1998. *Care of Souls: Revisioning Christian Nurture and Counsel*. Grand Rapids: Baker.

———. 1999. Fees for Psychotherapy. In *Baker Encyclopedia of Psychology and Counseling*, edited by D. Benner and P. Hill. 2d ed. Grand Rapids: Baker.

———. 2002. *Sacred Companions: The gift of Spiritual Friendship and Direction*. Downers Grove, Ill.: InterVarsity.

Benner, D., and R. Harvey. 1996. *Understanding and Facilitating Forgiveness*. Grand Rapids: Baker.

Buber, M. 1965. *The Knowledge of Man*. London: George Allen & Unwin.

Campbell, A. 1985. *Paid to Care: The Limits of Professionalism in Pastoral Care*. London: SPCK.

Childs, B. 1990. *Short-term Pastoral Counseling*. Nashville: Abingdon.

Clebsch, W., and C. Jaekle. 1964. *Pastoral Care in Historical Perspective*. Englewood Cliffs, N.J.: Prentice-Hall.

Clinebell, H. 1984. *Basic Types of Pastoral Care and Counseling*. Nashville: Abingdon.

Close, H. 1998. Pastoral Care for An Unconscious Person. *Journal of Pastoral Care* 52, no. 2: 175– 81.

Crabb, L. 1977. *Effective Biblical Counseling*. Grand Rapids: Zondervan.

———. 1997. *Connecting: Healing for Ourselves and Our Relationships*. Nashville: Word.

———. 2002. *The Pressure's off*. Colorado Springs: WaterBrook Press.

Danco, J. 1982. The Ethics of Fee Practices: An Analysis of Presuppositions and Accountability. *Journal of Psychology and Theology* 10: 13– 21.

Eschmann, H. 2000. Toward A Pastoral Care in A Trinitarian Perspective. *Journal of Pastoral Care* 54, no. 4: 419–27.

Fénelon, F. 1980. *Spiritual Letters to Women*. New Canaan, Conn.: Keats.

Galindo, I. 1997. Spiritual Direction and Pastoral Counseling: Addressing The Needs of The Spirit. *Journal of Pastoral Care* 51, no. 4: 395– 402.

Gurin, G., J. Verhoff, and S. Feld. 1960. *Americans View Their Mental Health*. New York: Basic Books.

Hill, P. 1999. Religious Health and Pathology. In *Baker Encyclopedia of Psychology and Counseling*, edited by D. Benner and P. Hill. 2d ed. Grand Rapids: Baker.

Hiltner, S., and L. Colston . 1961. *The Context of Pastoral Counseling*. New York: Abingdon.

Holifield, E. B. 1983. *A History of Pastoral Care in America*. Nashville: Abingdon.

Hulme, W. 1981. *Pastoral Care and Counseling*. Minneapolis: Augsburg.

James, W. 1902. *The Varieties of Religious Experience*. New York: Longman, Green.

Kollar, C. 1997. *Solution-focused Pastoral Counseling*. Grand Rapids: Zondervan.

Lambert, M. J., and A. E. Bergin. 1994. The Effectiveness of Psychotherapy. In Handbook *of Psychotherapy and Behavior Change*, edited by S. Garfield and A. Bergin. New York: Wiley.

Lewis, C. S. 1940. *The Problem of Pain*. London: Collins.

———. 1961. *A Grief Observed*. New York: Bantam Books.

Malony, H. N. 1985. Assessing Religious Maturity. In *Psychotherapy and The Religiously Committed Patient*, edited by E. M. Stern. New York: Hayworth.

———. 1988. The Clinical Assessment of Optimal Religious Functioning. *Review of Religious Research* 30, no. 1: 2– 17.

Manning, B. 1990. *The Ragamuffin Gospel.* Sisters, Ore.: Multnomah.

May, G. 1982. *Will and Spirit.* San Francisco: Harper & Row.

McNeil, J. 1951. *A History of The Cure of Souls.* New York: Harper & Row.

Nessan, C. 1998. Confidentiality: Sacred Trust and Ethical Quagmire. *Journal of Pastoral Care* 52, no. 4: 349– 57.

Nouwen, H. 1994. *Return of the Prodigal Son.* New York: Doubleday.

Oates, W. 1962. *Protestant Pastoral Counseling.* Philadelphia: Westminster.

———. 1970. *When Religion Gets Sick.* Philadelphia: Westminster.

Oden, T. 1966. *Kerygma and Counseling.* Philadelphia: Westminster.

———. 1984. *Care of Souls in The Classic Tradition.* Philadelphia: Fortress.

Olthius, J. 1989. The Covenanting Metaphor of The Christian Faith and The Self Psychology of Heinz Kohut. *Studies in Religion/ Sciences Religieuses* 18, no. 3: 313– 24.

Peterson, E. 2002. *A Long Obedience in The Same Direction.* Downers Grove, Ill.: InterVarsity.

Propst, L. R. 1988. *Psychotherapy in A Religious Framework: Spirituality in The Emotional Healing Process.* New York: Human Sciences.

Pruyser, P. 1976. *The Minister as Diagnostician*. Philadelphia: Westminster.

Rieff, P. 1966. *The Triumph of The Therapeutic*. New York: Harper & Row.

Rogers, C. 1961. *On Becoming A Person*. Boston: Houghton Mifflin.

Rohr, R. 1999. *Everything Belongs: The Gift of Contemplative Prayer*. New York: Crossroad.

Sharp, J. 1999. Solution-focused Counseling: A Model for Parish Ministry. *Journal of Pastoral Care* 53, no. 1: 71– 79.

Shea, J. J. 1997. Adult Faith, Pastoral Counseling, and Spiritual Direction. *Journal of Pastoral Care* 51, no. 3: 259–70.

Smedes, L. 1984. *Forgive and forget: Healing The Hurts We Don't Deserve*. New York: Pocket Books.

Stone, H. 1994. *Brief Pastoral Counseling: Short-Term Approaches and Strategies*. Minneapolis: Fortress.

———. 1999. Pastoral Counseling and The Changing Times. *Journal of Pastoral Care* 53, no. 1: 31– 45.

———, ed. 2001. *Strategies for Brief Pastoral Counseling*. Minneapolis: Fortress.

Tan, S. Y. 1999. Cognitive-behavior Therapy. In *Baker Encyclopedia of Psychology and Counseling*, edited by D. Benner and P. Hill. 2d ed. Grand Rapids: Baker.

Tan, S . Y., and J. Ortberg. 1995. *Understanding Depression*. Grand Rapids: Baker.

Thomas, F. 1999. Competency-based Relationship Counseling: The Necessity of Goal Setting and Counselor Flexibility in

Efficient and Effective Couple Counseling. *Journal of Pastoral Care* 53, no. 1: 87– 99.

Tozer, A. W. 1993. *The Pursuit of God*. Camp Hill, Pa.: Christian Publications.

Verhoff, J., R. Kukla, and E. Dorran. 1981. *Mental Health in America*. New York: Basic Books.

Wicks, R., R. Parsons, and D. Capps, eds. 1985. *Clinical Handbook of Pastoral Counseling*. New York: Paulist Press.

Westberg, G . 1979. *Theological Roots of Wholistic Health Care*. Hinsdale, Ill.: Wholistic Health Centers.

Yancey, P. 1988. *Disappointment with God*. Grand Rapids: Zondervan.

Gieo Lời Chúa
Gặt nhận thức
Phước tuôn tràn

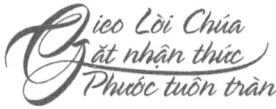

Công ty sách Cơ Đốc **Văn Phẩm Hạt Giống** chính thức ra đời vào tháng 4/2016 nhằm đáp ứng nhu cầu cấp thiết về văn phẩm Cơ Đốc có giá trị dành Cơ Đốc nhân người Việt với một sứ mệnh rõ ràng.

Văn Phẩm Hạt Giống sẽ cung cấp những văn phẩm Cơ Đốc:

- **Có giá trị cao, trung thành với sự dạy dỗ của Kinh Thánh, phù hợp** với nhu cầu và bối cảnh của các cộng đồng người Việt trong và ngoài nước.
- Nhằm **trang bị** từng cá nhân tín hữu Việt Nam **tăng trưởng đức tin** và phát triển Vương Quốc Đức Chúa Trời.

Tên gọi Hạt Giống vốn được truyền cảm hứng từ lời Chúa trong Mác 4:4. Lời của Đức Chúa Trời - Hạt Giống cứu rỗi - sẽ được những Cơ Đốc nhân gieo ra và trở lên lớn mạnh trong lòng người tin nhận.

Khi cho ra đời những văn phẩm có giá trị, chúng tôi ao ước chính mình sẽ là những người gieo trồng, kẻ tưới trong nhà Đức Chúa Trời. Chính Đức Chúa Trời sẽ hành động trong lòng độc giả khiến đời sống họ được biến đổi, lớn lên trong đức tin, được phước dư dật và đem phước hạnh ấy đến cho người khác (1 Cô. 3:5-9).

Với mong muốn phát hành nhiều hơn nữa những cuốn sách chất lượng, có giá trị cao tới cộng đồng, chúng tôi luôn cần sự cầu thay, giúp đỡ, nhận xét và đóng góp quý báu cho từng cuốn sách đã được xuất bản. Những lời làm chứng, chia sẻ về sự biến đổi đời sống trong năng quyền của Chúa khi quý vị đọc những cuốn sách này cũng sẽ là nguồn khích lệ lớn lao cho chúng tôi tiếp tục sứ mệnh của mình. Mọi tâm tình, ý kiến đóng góp, chia sẻ xin gửi cho chúng tôi theo địa chỉ:

nhabientap@vanphamhatgiong.com

hoặc chia sẻ với chúng tôi trên trang Facebook **Văn Phẩm Hạt Giống**.

Rất mong được đón nhận!

VĂN PHẨM
HạtGiống

CÁC SÁCH ĐÃ XUẤT BẢN CỦA VĂN PHẨM HẠT GIỐNG

Bức Tranh Lớn của Đức Chúa Trời (Vaughan Roberts) cung cấp công cụ hữu ích để độc giả có thể đọc và hiểu Kinh Thánh một cách toàn diện thông qua chủ đề quan trọng của cả Kinh Thánh: Chúa Giê-xu Christ và sự cứu rỗi của Đức Chúa Trời ban cho con người.

Số Tay Thuật Ngữ Thần Học Anh-Việt (ấn bản thứ hai) do nhóm tác giả Daniel C. Owens, bà Phạm Xuân Thiều, cô Nguyễn Thị Hải Vân biên soạn, cung cấp công cụ hỗ trợ cho độc giả trong việc đọc, hiểu các thuật ngữ thần học khi nghiên cứu các tài liệu thần học bằng tiếng Anh.

Bộ sách Ngữ Pháp Căn Bản Tiếng Hê-bơ-rơ và Bài Tập Thực Hành (Daniel C. Owens và Trần Nguyễn Hữu Thiên) là bộ sách hướng dẫn học tiếng Hê-bơ-rơ bằng tiếng Việt đầu tiên được chính thức xuất bản dành cho những người bắt đầu hành trình học hỏi và khám phá Kinh Thánh bằng tiếng Hê-bơ-rơ.

Thực Hành Nhỏ Dành Cho Những Nhà Thần Học (Helmut Thielicke) không chỉ là sự chắt lọc những lời khuyên quý báu về sự dung hòa giữa học thuật tầm cao và sự thấm nhuần đức tin trong cuộc sống thường ngày nhưng còn là lời thì thầm đầy tâm huyết từ một đầy tớ Chúa có nhiều năm kinh nghiệm thực tiễn trong công tác mục vụ gửi đến cho tất cả chúng ta, những người khao khát hầu việc Chúa giữa vòng dân sự của Đức Chúa Trời.

Quý độc giả có nhu cầu mua sách, vui lòng liên hệ qua:

- **E-mail:** info@vanphamhatgiong.com
- **Facebook Page:** Văn Phẩm Hạt Giống

Tín hữu tại Việt Nam luôn có khuynh hướng tìm đến Mục sư để được tư vấn, giúp đỡ trong khi đó các Mục sư luôn phải gánh vác rất nhiều trọng trách trong Hội Thánh. Cuốn sách này giới thiệu một mô hình tư vấn phù hợp với lịch làm việc dày đặc của các Mục sư từ vấn tại Việt Nam. Một trong những ưu điểm của sách là không dùng nhiều biệt ngữ nhưng luôn có những giải thích, minh họa cụ thể giúp độc giả dễ dàng nắm bắt. Rõ ràng, đây là một cuốn sổ tay thực hành có giá trị về chăm sóc mục vụ và tư vấn dành cho cả Mục sư, lãnh đạo Hội thánh cũng như các anh chị linh hướng cho các ban ngành trong Hội thánh.

Tiến sĩ David G. Benner là nhà tâm lý học và là giáo sư nổi tiếng chuyên khoa Tâm lý học, và Thuộc linh tại Psychological Studies Institute (Atlanta). Những nghiên cứu của ông tập trung vào sự phát triển và thực hành tâm lý trong bối cảnh Cơ Đốc, nhằm nuôi dưỡng thuộc linh Cơ Đốc dựa trên nền tảng tâm lý học. Benner nhận bằng Cử nhân ưu tú chuyên ngành tâm lý học tại McMaster University và nhiều bằng cấp khác như Thạc sĩ và Tiến sĩ về tâm lý học lâm sàng (York University), các bằng cấp nghiên cứu sau tiến sĩ tại Chicago Institute of Psychoanalysis. Ông là tác giả và là người biên tập nhiều cuốn sách có giá trị như *Surrender to Love*, *Sacred Companions*, *Baker Encyclopedia of Psychology and Counseling*, *Care of Souls*,... Benner đang sống cùng vợ tại Hamilton, Ontario.

90000

9 780993 974984

SẢN PHẨM
Hạt Giống

DAVID G. BENNER

TƯ VẤN MỤC VỤ CÓ CHIẾN LƯỢC

Khuôn mẫu ngắn hạn có kế hoạch

TƯ VẤN MỤC VỤ CÓ CHIẾN LƯỢC - Khuôn mẫu ngắn hạn có kế hoạch

RESOURCE LEADERSHIP INTERNATIONAL - 2016
Phiên Bản Quốc Tế